தென்றல்

சத்குரு

எழுத்தாக்கம் : சுபா

தங்கத்தாமரை பதிப்பகம்

37, கால்வாய்க்கரைச் சாலை, கஸ்தூரிபா நகர்,
அடையாறு, சென்னை - 600 020.
+91 73057 76099 | 044 - 2441 4441 | mail2ttp@gmail.com

Zennal - Sadhguru © | In tamil by Subha
First edition : December 2013
Book size: Demy 1/8 | Paper: spb bk pnt 18.6 kg
Pages : 200 | Price : ₹125/-

Published by: Thanga Thamarai Pathippagam,
37, Canal Bank Road, Kasturiba Nagar, Adyar, Chennai - 600 020 |
Phone : **044 - 24414441** | **+91 73057 76099**
Email : mail2ttp@gmail.com

தங்கத்தாமரை பதிப்பகம் வெளியீடு: 25

ISBN: 978-81-928780-0-3

ஜென்னல் - சத்குரு © | எழுத்தாக்கம் : சுபா
முதல் பதிப்பு: டிசம்பர் 2013
200 பக்கங்கள் | விலை ₹125/-

வெளியீடு: தங்கத்தாமரை பதிப்பகம்,
37, கால்வாய்க்கரை சாலை, கஸ்தூரிபா நகர்,
அடையாறு, சென்னை - 600 020
தொலைபேசி : **044 - 24414441** | **+91 73057 76099**
மின்னஞ்சல் : mail2ttp@gmail.com

பதிப்பாளர்: ஜெயந்தி சுரேஷ் | யசோதா பாலகிருஷ்ணன்
பதிப்பாசிரியர்: சுபா

அட்டை மற்றும் புத்தக வடிவமைப்பு : அய்னா
அச்சாக்கம் : மதுரா கிரா.ஃபிக், வேளச்சேரி, சென்னை - 42

இந்நூலின் முழு உரிமை ஆசிரியரைச் சாரும். இதிலிருந்து சில பகுதிகளை மட்டும் பயன்படுத்துவதோ வேறு வகைகளில் மறு பிரசுரம் செய்வதோ, அச்சு மற்றும் மின் ஊடகங்களில் மறு பதிப்பிடுவதோ காப்புரிமைச் சட்டப்படி தடை செய்யப்பட்டதாகும். மதிப்புரைகள், விமரிசனங்கள் தேவைக்கு ஏற்ப இந்நூலின் சில பகுதிகளை மேற்கோளாக எடுத்துக் காட்டுவது இவ்வகையில் சேராது.

சத்குருவின் வார்த்தைகளில்...

அன்புக்குரிய தமிழ் வாசகர்களே,

ஜென் என்ற வார்த்தை எப்படி உருவானது?

தியான் என்பது பாரதத்திலிருந்து சீனாவுக்குப் போயிற்று. அங்கே அது திரிந்து 'ச்சான்' என்று அழைக்கப்பட்டது. அங்கிருந்து தென்கிழக்கு ஆசிய நாடுகளுக்குப் போன போது, ஜப்பானில் ஜென் என்று மருவி விட்டது.

நாம் இங்கே மக்களை தியானத்தில் ஈடுபடுத்துவதற்கு எவ்வாறு பலவிதமான பயிற்சி முறைகளை உருவாக்கியுள்ளோமோ, அதே போல் தென் கிழக்கு ஆசிய நாடுகளிலும் மக்கள் தங்களை தியானத்தில் ஈடுபடுத்திக் கொள்ள பலவிதமான பயிற்சி முறைகளை உருவாக்கினார்கள்.

ஜென் என்பது அடிப்படையில் தியானம். தியான மடங்கள் ஜென் மடங்களாயின. ஜென் பாதை என்பது தியானப் பாதை! எப்படி சிந்து என்பது இந்து என்றாகி, பிற்பாடு ஹிந்து என்று மருவி விட்டதோ, அப்படித்தான், தியான் ஜென் ஆகி விட்டது.

பொதுவாக ஜென் கதைகள் என்று சொல்லப்படுபவை நுட்பமான அர்த்தத்தை உள்ளடக்கியவை. மேலோட்டமாகப் படித்தால் உண்மையான உள் அர்த்தத்தைத் தவற விட்டுவிடுவீர்கள்.

இங்கே, சில ஜென் கதைகளை ஊன்றிப் பார்ப்போம்...

Love & Grace

Isha Foundation, 15, Govindasamy Naidu Layout,
Singanallur, Coimbatore - 641 005
Ph: 91-422-2515345 | Email: info@ishafoundation.org

# மேலங்கியும், கொடிமரமும்

புத்தரின் சீடர்களில் ஒருவரான காஸ்யபன் ஞானம் எய்தினார். அதனால் அவரை உலகம் சுற்ற அனுப்ப நினைத்தார் புத்தர்.

காஸ்யபனோ தினம், தினம் புத்தரை தரிசிக்கவும், வணங்கவும் இயலாமல் போய்விடுமே என்பதால் குருவை விட்டு அகல மறுத்தார்.

ஆனால் புத்தரோ, தனக்குப் பதிலாக காஸ்யபர் ஊர் ஊராகச் சென்று மக்களைச் சந்தித்து அவர்களுக்கு உதவ வேண்டும் என்று வற்புறுத்தினார்,

"குருவே.. நான் தங்களது அருகில் இல்லாமல் தாங்கள் உயிர் துறக்கக் கூடாது. ஒருவேளை தாங்கள் உயிர் துறக்க வேண்டி வந்தால் எனக்குச் சொல்லி அனுப்புங்கள். ஓடோடி வருகிறேன். நான் வந்த பின்பே தாங்கள் உயிர்

ஜென், ஒரு மதம் அல்ல, பின்பற்றுவதற்கு. அது ஒரு தத்துவமும் அல்ல, ஏற்பதற்கு. அது ஒரு வாழ்க்கை முறை!

துறக்க வேண்டும். எனது இந்த வேண்டுகோளைத் தாங்கள் நிறைவேற்றுவதாக ஒப்புக்கொண்டால் மட்டுமே தங்களை விட்டுப் பிரிந்து செல்வேன்" என்று கண்ணீர் மல்க இறைஞ்சினார்.

புத்தர் ஒத்துக்கொண்டார். காஸ்யபனும் அவரைப் பிரிந்து சென்றார். புத்தர் கழுகு மலைக்குச் சென்றிருந்த போது அவரது மரண நேரம் நெருங்கியது. காஸ்யபனுக்குப் பிறகு புத்தரிடம் பிரதம சீடனாக இருந்த ஆனந்தனிடம் தான் இறக்கப் போகும் செய்தியை காஸ்யபனுக்குத் தெரிவிக்குமாறு கூறினார் புத்தர்.

காஸ்யபன் வரும் வரை தன்னை விட்டு வைக்குமாறு மரண தேவனிடமும் புத்தர் கேட்டுக்கொண்டார்.

ஆனந்தன் செய்தி அனுப்ப, காஸ்யபரும் புத்தரை தரிசிக்க ஓடோடி வந்தார். கழுகுமலையில் புத்தரைச் சுற்றி அவருடைய சீடர்கள் கூடியிருந்தனர்.

காஸ்யபர் கண்களில் நீர் மல்க புத்தரை வணங்கினார். புத்தர் தன் அன்னப் பாத்திரத்தையும், தன் மேலங்கியையும் காஸ்யபனிடம் கொடுத்தார்.

இதைக் கண்ணுற்ற சீடர் ஆனந்தன் சற்று காத்திருந்து விட்டு காஸ்யபனிடம், ''சரிகை வேலைப்பாடுகள் மிக்க மேலங்கியைத் தவிர சாக்கியமுனி வேறு என்ன கொடுத்தார்?'' என்று கேட்டார்.

காஸ்யபனோ, ''ஓடு.. தாமதமாகி விட்டது. பிரமாண்டமான கொடி மரத்தை நீ பெற்றுக் கொள்...'' என்றார்.

சத்குருவின் விளக்கம்

என்னிடம் ஒரு ராஜாங்கம் இருக்கிறது. அதை உங்களிடம் ஒப்படைக்கத் தீர்மானிக்கிறேன். என் கிரீடத்தை எடுத்து உங்கள் தலையில் சூட்டுகிறேன். கிரீடத்தை மட்டுமா உங்களுக்கு வழங்கினேன்? ராஜ்யத்தையே அல்லவா?

அது போல், புத்தரின் மேலங்கியும், பிச்சைப் பாத்திரமும் வெறும் குறியீடுகள் தாம். அவற்றை காஸ்பயனுக்கு வழங்கியதன் மூலம் புத்தர் தனது எல்லாவற்றையும் (புத்தராக உள்ளதையும் சேர்த்து) காஸ்யபருக்கு வழங்கி விட்டதாக அர்த்தம். இந்த நுட்பத்தைப் புரிந்து கொள்ளாமல், அலங்காரமான மேலங்கியின் சரிகை வேலைப்பாடுகளில் கவனம் வைத்து விட்டார், ஆனந்தன்.

புத்தர் தனது சீடருக்கு ஏதோ உயில் எழுதி தன் சொத்தைக் கைமாற்றி விட்டார் என்பது போல் காஸ்யபனிடம் அது பற்றிக் கேட்கிறார்.

எதையும் பொருள் ரீதியாக மதிப்பிட்டுப் பார்க்கும் ஆனந்தனிடம், அதை உணர்த்தும் விதமாக, 'புத்தரின் அங்கியை விடப் பெரிதாக இருக்கும் கொடிமரத்தை எடுத்துக் கொள்' என்று காஸ்பயன் வேடிக்கையாகச் சொல்கிறார்.

 **மனிதனின் ஆயுள்**

காடு மேடுகளை எல்லாம் கடந்து வந்த தொலை தூர நடைப் பயணத்தினால் அந்த ஜென் சீடர்கள் அலுத்துக் களைத்திருந்தனர். ஒரு திருப்பத்தில் திடீரென்று ஒரு சோலை தென்பட்டது. அடர்ந்த மரங்களுக்கு நடுவில் நீர் நிறைந்த தடாகம் ஒன்று இருந்தது.

தெளிந்த நீர் அவர்கள் தாகத்தைத் தணித்தது. மரங்களின் நிழல் அவர்களது உடற்சோர்வைக் குறைத்தது. சில்லென்று வீசிய காற்று அவர்களுக்கு ஆறுதல் அளித்து ஆசுவாசப்படுத்தியது. ஆனாலும் அவர்களது உள்ளங்களில் நிறைந்திருந்த துயரம் குறையவில்லை.

ஜப்பானில் பௌத்தம் தழைத்த போது அதன் ஒரு பிரிவாக ஜென் தோன்றியது.

இரண்டு தினங்களுக்கு முன்னர் தான் அவர்கள், ஐம்பது வயதே நிறைந்திருந்த சக துறவி ஒருவரைப் பறி கொடுத்திருந்தார்கள். இறந்து போன துறவியும் புத்தரின் சீடர்களில் ஒருவர்தான். அமைதியான முகம். எந்நேரமும் புன்னகை தவழும் இதழ்கள். ஒரு நிறைகுடமாக வளைய வந்து கொண்டிருந்த அவர் இன்று தம்மிடையே இல்லை என்ற உண்மை மற்ற சீடர்களின் முகங்களில் இருந்து சிரிப்பைப் பறித்திருந்தது.

அமைதி தவழும் வதனத்துடன், அவர்களிடையே அமர்ந்திருந்த புத்த பகவானின் குரல்

அவர்களிடையே நிலவிய கனத்த மௌனத்தை திடீரெனக் கலைத்தது. அவர் தம் சீடர்களை நோக்கி, 'ஒரு மனிதனின் வாழ்நாள் எவ்வளவு காலம்?' என்று கேட்டார்.

எதற்கு அவர் இப்படியொரு சாதாரண கேள்வியைக் கேட்டார் என்பது விளங்காமல் சீடர்கள் ஒருவர் முகத்தை ஒருவர் பார்த்துக் கொண்டார்கள்.

சாக்கிய முனி பதிலுக்குக் காத்திருந்தார்.
'எழுபது ஆண்டுகள்' என்றார் ஒரு சீடர்.
'தவறு!' என்றார் புத்தர்.
'அறுபது ஆண்டுகள்' என்றார் மற்றொரு சீடர்.
'தவறு!' என்றார் புத்தர்.
'ஐம்பது ஆண்டுகள்' என்றார் இன்னொரு சீடர், இறந்து போன சக துறவியின் வயதை நினைவில் கொண்டு!
'தவறு' என்றார் புத்தர்.
இதென்ன எல்லாவற்றையும் தவறு என்கிறாரே! மனித வாழ்வு ஐம்பது ஆண்டுகள் கூட இல்லையா என்ன, என்று திகைத்தார்கள் சீடர்கள்.

''நீங்கள் சொன்ன பதில்கள் எல்லாமே தவறு..'' என்றார், புத்தர். ''வாழ்க்கை என்பது ஒரு சுவாச அளவு தான்''

சத்குருவின் விளக்கம்

சுவாசம் உள்ளே வருகிறது. வெளியே போகிறது. மீண்டும் உள்ளே வருகிறது. வெளியே போகிறது. வெளியே போன சுவாசம் திரும்ப உள்ளே வராமல் நின்று விட்டால், முடிந்தது கதை.
உயிர் என்பது அந்த அளவு நிலையற்றது.

நமது நினைவுகளில் நேற்று இருக்கும். அதற்கு முந்தின தினங்கள் இருக்கும். ஏன் சில வருடங்களே கூட இருக்கும். அதே போல் நமது கற்பனையில் நாளை இருக்கும். அதற்கு அடுத்த நாள் இருக்கும். அடுத்த சில வருடங்கள் கூட இருக்கும். ஆனால், இவை எல்லாமே கற்பனையான உணர்வுகள்.

கர்நாடகாவில் "இந்த சாலை எங்கே போகிறது?" என்று கேட்டால், "இது எங்கேயும் போகாது. நீங்கள் தான் எங்கு வேண்டுமோ அங்கு போக வேண்டும்" என்பார்கள். மனதின் கற்பனை அது போலத் தான். மனதளவில் நீங்கள் எத்தனை தொலைவுக்கு வேண்டுமானாலும் பயணம் போகலாம். சொர்க்கம் வரை கூட போகலாம். ஆனால், அடுத்த கணம்

நிஜத்தைச் சந்திக்கையில் இங்கே வந்து விழுந்து விடுவீர்கள். இப்படி மனதால் உருவாக்கிக் கொள்வது மனதின் கற்பனைச் செயல். உயிரின் செயல் அல்ல.

உண்மையில் நமது அனுபவத்தில் இருப்பது எது? இப்போதைய சுவாசம் உள்ளே போய் வெளியே வருகிறதே, அந்த நேர அளவுக்குத் தான், எதுவும் அனுபவத்தில் உணரக் கூடியதாக இருக்கிறது. அதாவது உயிர்த்தன்மையுடன் கூடிய அனுபவம் என்பது ஒரு சுவாசம் அளவுக்குத் தான்.

ஈஷா பள்ளியில் ஒரு எட்டு வயது சிறுவன் என்னிடம் கேட்டான். ''சத்குரு, வாழ்க்கை என்பது கனவா? நிஜமா?''
நான் சொன்னேன்: ''இந்த வாழ்க்கை கனவு தான். ஆனால், இந்தக் கனவு நிஜம்''

நினைவுகள் என்பது இறந்த காலத்தை உயிரோடு வைத்துக் கொள்ள முயற்சி செய்வது. எதிர்காலம் பற்றிய கற்பனை என்பது பிறக்காத ஒன்றுக்கு உயிரூட்ட நினைப்பது. இறந்ததுக்கோ, பிறக்காததுக்கோ எப்படி உண்மையில் உயிரூட்ட முடியும்? உயிரின் அனுபவம் தான் உண்மையான வாழ்க்கை. மற்றபடி ஐம்பது வருடம், அறுபது வருடம் என்பதெல்லாம் நீங்கள் போடும் கற்பனைக் கணக்கு. கற்பனையில் மிகவும் சிக்கினால், உண்மையை விட்டு வெகு தொலைவு விலகிப் போய் விடுவீர்கள்.

பத்து வருடத்துக்கு முன்னால் நடந்தது இப்போது வலிக்கிறது. பத்து நாட்களுக்கு அப்புறம் நடக்கப் போவது இப்போது அச்சுறுத்துகிறது. இப்படி உயிரோட்டம் இல்லாதவற்றுக்கு உயிர் கொடுக்கும் முயற்சி நடக்கிறது. அந்த முயற்சியில், இப்போது உயிரோட்டத்துடன் இருக்க வேண்டியது உயிரற்றுப் போய் விடுகிறது. உலகத்தில் இல்லாத ஒன்று உங்களுக்கு பாதிப்பைக் கொடுக்கிறது என்றால், அதற்கு என்ன அர்த்தம்? மனநல மருத்துவரிடம் நீங்கள் செல்ல வேண்டிய காலம் வந்து விட்டது என்று அர்த்தம்.

சுவாசம் என்பது வெறும் மூச்சுக் காற்று மட்டும் இல்லை. அது தான் நீங்கள் உண்மையாக உயிர்ப்புடன் இருக்கும் ஆயுள். ஒரு மூச்சு அளவு தான் வாழ்க்கை.

சுமை

வானில் மேகக் கூட்டங்கள் குழுமின. குளிர்ந்த காற்று வீசியது. அடி வானம் கருத்தது. மின்னல் கீற்றுக்கள் ஒளிர்ந்தன. இடிகள் உறுமின.

அந்த இளம் துறவி அண்ணாந்து வானத்தைப் பார்த்தார். அவர் முகத்தில் கவலை ரேகைகள் தோன்றின. தன்னுடன் நடந்து வந்து கொண்டிருந்த குருவான தான்சேன் என்னும் முதிய துறவியை ஏறிட்டார்.

"சுவாமி. இருட்டிக் கொண்டு வருகிறது. பெரிய மழை கொட்டப் போகிறது. மடத்தை அடைய இன்னும் வெகு தூரம் போக வேண்டும். வழியில் தங்குவதற்கு இடமும் இல்லை. சற்றே விரைந்து செல்வோம். வாருங்கள்!" என்று படபடப்புடன் கூறிவிட்டு இளைய துறவி சற்றே விரைந்து செல்லத் தொடங்கினார்.

ஜென் எதையும் கற்பிப்பது இல்லை. அதன் பணி நம்மைத் தட்டி எழுப்பி, 'விழிப்புடன் இரு' எனச் சொல்வது மட்டுமே.

தான்சேன் புன்முறுவலுடன் சீடரின் கையைப் பற்றினார். "அந்த மரம் வெயிலில் காய்ந்து, மழையில் நனைகிறது..!" என்று கூறிவிட்டு நிதானமாகவே நடந்தார்.

அந்த இக்கட்டான சூழ்நிலையில் வழியில் ஒரு நதி குறுக்கிட்டது. அதில் இடுப்பளவு நீர்

இருகரைகளிலும் மோதி, புரண்டு புரண்டு பாய்ந்து கொண்டிருந்தது.

நதி நீரைக் கவலையுடன் பார்த்தபடி கரையில் நின்றிருந்த ஓர் இளம்பெண் ''என்னை அக்கரையில் கொண்டு விட முடியுமா?'' என்று தான்சேனிடம் கேட்டாள்.

அவர் அவளைச் சுமந்து நதியின் மறு கரையில் இறக்கி விட்டார்.

மீண்டும் சீடருடன் தமது பயணத்தைத் தொடர்ந்தார்.

சில மணி நேரங்கள் கழித்து இளம் துறவி தான்சேனிடம் திடீரென்று கேட்டார்: ''துறவிகள் பெண்களைத் தீண்டக் கூடாது என்றல்லவா எண்ணியிருந்தேன்?''

தான்சேன் சிரித்தார்: ''அவளை நான் எப்போதோ இறக்கி விட்டேனே? இன்னமும் நீ ஏன் சுமக்கிறாய்?''

 சத்குருவின் விளக்கம்

மனிதர்கள் தங்கள் வாழ்க்கையில் இவ்வளவு போராட்டங்களைச் சந்திப்பதற்குக் காரணமே அவர்கள் தங்கள் மனதின் இயல்பைப் புரிந்து கொள்ளத் தவறியது தான். ஒன்றை வேண்டாம் என்றால், அதை நாடிப் போவதே மனதின் அடிப்படை குணம்.

ஒன்றை நினைக்காதே என்றால், அதையே மனம் தன்னுள் நிரப்பிக் கொண்டு விடும். 'சற்று நேரத்துக்கு குரங்குகளை நினைக்காதே!' என்று அதனிடம் சொல்லிப் பாருங்கள். மனம் எங்கும் குரங்குகளாக நிறைந்து விடும்.

துறவியாக இருப்பதற்கு ஒரு பெண்ணைத் தொடவே கூடாது என்று சபதம் எடுத்துக் கொள்ளத் தேவையில்லை. அற்பமான சுகங்களைத் தாண்டி வாழ்க்கையில் மேன்மையான ஒன்றை நோக்கிப் பயணம் செய்கையில், ஆணா, பெண்ணா என்று பேதப்படுத்திப் பார்த்துக் கொண்டிருப்பதே அபத்தம். ஆனால், அதை விடுத்து துறவி என்றால், இப்படித் தான் இருக்க வேண்டும் என்று வரைமுறைகளை வகுத்துக் கொண்டு, அவற்றை விறைப்பாகக் கடைப்பிடிப்பதால் மட்டும் ஒருவர் துறவியாகி விட முடியாது.

ஒரு பெண் உதவி கேட்டாள். அதை அவர் செய்தார். அந்தப் பெண்ணை அங்கேயே இறக்கி விட்டதோடு அவர் வேலை முடிந்தது. இளம் துறவியோ அதன் பின்னும் அந்தப் பெண்ணை தன் மனதிலேயே சுமந்து கொண்டு வந்திருக்கிறார்.

இது பெண் தொடர்பான அம்சமல்ல. மனதின் இயல்பைப் புரிந்து கொள்வது தொடர்பான அம்சம். மனதிலிருந்து ஒரு ஓர் எண்ணத்தை வலுக்கட்டாயமாக வெளியே துரத்தப் பார்த்தால், அது அங்கேயே

நங்கூரம் பாய்ச்சி நிற்கும். ஒன்றைப் புரிந்து கொள்ளுங்கள். இந்த மனதில் கூட்டலும் பெருக்கலும் நடக்குமே தவிர, கழித்தலோ, வகுத்தலோ நடப்பதில்லை. ஏதோ ஒன்றை நீக்கப் பார்த்தால், அங்கே கூடுதலாக ஒன்று தான் வந்து சேரும். எந்தக் குறிப்பிட்ட எண்ணத்தையும் பறித்துப் போடுவதற்கு முயற்சி செய்வதை விடுத்து உயர்ந்த ஒன்றில் கவனத்தை வைத்தால், இதெல்லாம் தானாகவே ஆவியாகி மறைந்து விடும்.

மலை உச்சிக்குப் போக வேண்டும் என்பது உங்கள் நோக்கமாக இருந்தால், அந்த நோக்கத்தைக் கூர்மையாக்கிக் கொள்ள வேண்டும். அடிவாரத்தைக் கடக்கையில், அங்கே என்ன குப்பைகள் கிடக்கின்றன என்பதில் கவனம் வைக்கத் தேவையில்லை. அடிவாரத்தைத் தவிர்த்து மேலே ஏற வேண்டும் என்றால் எப்படி முடியும்?

தான்சேன் உதவி செய்தபோது, அது ஆணா, பெண்ணா என்பதில் கூட கவனம் வைத்திருக்க மாட்டார். பெண்ணைத் தவிர்க்க வேண்டும் என்று நினைத்த இளம் துறவி தான் அதிலேயே சிக்கிப் போயிருக்கிறார்.

குரு

மலைகளையும், குன்றுகளையும் கொண்ட அழகிய வனப் பகுதி அது. மரம், செடி, கொடிகளும், அபூர்வமான பல வகைத் தாவரங்களும் நிறைந்து, பசசைப் பசேல் என, கண்ணுக்கும், மனதுக்கும் பரவசமும், நிம்மதியும் அளிக்கும் ஏகாந்தமான பகுதி அது. மலை முகடுகள், பஞ்சுப் பொதிகளாய் மிதந்து செல்லும் மேகக் கூட்டங்கள் என இயற்கையின் ஜாலங்கள் நிரம்பிய ஒரு மாயா லோகமாகவே திகழ்ந்தது அந்த இடம்.

ஜென் பாடம் எதையும் நடத்துவது இல்லை. ஏற்கெனவே உள்ளதை, உள்ளபடி சுட்டிக் காட்டுவதுதான் ஜென்.

எழில் கொஞ்சும் இயற்கையின் மடியில், புனிதமே உருவாக அங்கு அமைந்திருந்தது அந்த மடாலயம். சிற்றின்பங்களையும், உலக சுகங்களையும் தேடித் திரியும் சராசரி

வாழ்க்கையை விடுத்து, பேரின்பத்தைப் பெறும் முயற்சியில், சன்மார்க்கப் பாதையில் பயணம் மேற்கொண்டிருந்தனர் அங்கு தங்கியிருந்த பலர்.

ஆரவாரங்கள் அற்ற, துறவு வாழ்க்கைக்கு மிகவும் ஏற்ற அவ்விடத்தில், சாதகர்களைப் பயிற்றுவித்து, விடுதலைப் பாதையில் இட்டுச் செல்லும் குருமார்கள் பலரும் தங்கி, ஞான வேள்வியில் ஈடுபட்டிருந்தனர். அவ்வாறு இருந்தவர்களில், தயு மற்றும் யுதாங் என்ற இரு குருமார்கள், பிறரின் போற்றுதலுக்கும், பின்பற்றுதலுக்கும் உரியவர்களாக விளங்கினர். அந்த இரு குருமார்களையும் தேடி தலைமைத் தளபதி ஒருவர் வந்தார். தன்னைச் சீடனாக ஏற்கும்படி கோரினார்.

"இயல்பிலேயே நீ புத்திசாலியாகத் தெரிகிறாய். நல்ல சீடனாக இருப்பாய்" என்றார், யுதாங்.

"இவனா? இந்த அடிமுட்டாளுக்கு மண்டையில் அடித்துச் சொன்னால் கூட ஜென்னைப் புரிய வைக்க முடியாது" என்றார், தயு.

தன்னை ஏளனமாகப் பேசிய தயுவையே செல்வாக்கு மிகுந்த தளபதி தன் குருவாக ஏற்றார்.

▶▶ சத்குருவின் விளக்கம்

பொதுவாக உங்கள் குறைபாடுகளை ஆதரிப்பவரையே உங்கள் நண்பராக ஏற்றுக் கொள்வீர்கள். உங்கள் அகங்காரத்தைக் கேள்வி கேட்காதவரே உங்களுக்கு உற்றவராக இருக்க முடியும். ஆனால், குரு என்பவர் உங்கள் முட்டாள்தனங்களை ஆதரிக்க வரவில்லை. அவர் உங்கள் வரையறைகளைத் தகர்க்க வந்தவர்.

சௌகரியமாகத் தான் உணர வேண்டுமானால், அதற்குத் தோழர்களைத் தேடிப் போகலாம். திருமணம் செய்து கொள்ளலாம். எதற்காக குருவை நாடி வந்தீர்கள்? யாருடன் இருக்கையில் தோல் உரிக்கப்பட்டது போல் மிகவும் அசௌகரியமாக உணர்கிறீர்களோ, அந்த நிலையிலும் யாரை விட்டுத் தப்பித்து விலகப் பிரியமில்லாமல் மறுபடி மறுபடி போய் நிற்கிறீர்களோ, அவர் தான் உங்கள் குரு.

'நீங்கள் அற்புதமானவர், புத்திசாலி' என்றெல்லாம் உங்களைப் புகழ்ந்து பேசி, உங்கள் அகங்காரத்துக்குத் தீனி போடுபவர் உங்களிடம் ஆதாயங்களை எதிர்பார்த்து நிற்பவர்.

உங்கள் முகத்துக்கு நேராக உங்கள் வரையறைகளைச் சுட்டிக்காட்டி, உங்கள் அகங்காரத்தை சதா தகர்த்துக் கொண்டிருப்பவர் தான் குரு. அவர் உங்களிடம் நற்பெயரைத் தேடி வரவில்லை. உங்களை மேன்மை நிலைக்கு எடுத்துச் செல்ல வந்திருக்கிறார்.

பொய் பேசி, தட்டிக் கொடுத்து உங்கள் நண்பராகத் தொடர்வது சுலபம். உங்கள் குறைகளைச் சுட்டிக் காட்டினால், உங்கள் கோபத்துக்கு ஆளாகலாம். வெறுப்புக்கு ஆளாகலாம். வெகு சீக்கிரத்தில் எதிரியாகவே கருதப்படலாம். ஆனால், அதைப் பெருட்படுத்தாது, அளவற்ற கருணையுடன் உங்களுடைய குறைபாடுகளை எடுத்துச் சொல்லி, அவற்றைக் கடந்து நீங்கள் பயணம் செய்ய உதவி செய்வதே குருவின் உண்மையான நோக்கம்.

தன்னைப் பாராட்டிப் பேசிய யுதாங்கை விட தன் பதவி பற்றி கவலைப்படாது துணிவுடன் பேசிய தயுவையே தன் குருவாக தலைமைத் தளபதி ஏற்றதில் அவருடைய புத்திசாலித்தனம் பிரதிபலிக்கிறது.

ஆசீர்வாதம்

அரசன் ஒருவன் தனது அரசவைக்கு வருகை புரிந்த ஸெங்காய் என்ற ஜென்குருவை வரவேற்று, மண்டியிட்டு வணங்கினான். தன்னையும், தன் குடும்பத்தவரையும் ஆசீர்வதித்து சில வார்த்தைகள் சொல்லச் சொன்னான்.

"காணாமல் போன மூக்குக் கண்ணாடி, தன் மூக்கின் மேலேயே இருப்பதைக் கண்டு கொள்வதைப் போன்றதுதான் ஜென்.

ஜென்குருவும் முகம் முழுக்கப் புன்னகையுடன் "உன் தந்தை இறப்பார். நீ இறப்பாய். உன் மகன் இறப்பான். உன் பேரக்குழந்தை இறக்கும்" என்று ஆசீர்வதித்தார்.

வாழ வாழ்த்தாமல், இப்படி இருக்கிற

எல்லோரையும் இறக்கச் சொல்கிறாரே குரு என்று அரசன் அதிர்ச்சி அடைந்தான். அரசவையில் இருந்த மற்றவர்களும் அதிர்ந்தார்கள்.

அரசன் மிகுந்த மன வேதனையுடன் "நல்ல வார்த்தைகள் சொல்லச் சொன்னால், இப்படி அபசகுனமாய்ச் சொல்கிறீர்களே?" என்று கேட்டான்.

குரு சொன்னார்: "இதை விடச் சிறந்த ஆசீர்வாதம் என்ன இருக்க முடியும்?"

▶ சத்குருவின் விளக்கம்

நம் யோகிகள் பற்றிச் சொல்லப்படும் பழைய கதை ஒன்றின் திரிபு தான், இந்த ஜென்கதை. நம் தேசத்திலிருந்து இது போல் பல நல்ல விஷயங்களை எடுத்து மற்றவர்கள் தங்களுடையது போல் கொண்டாடிக் கொள்வதை உலகின் பல பகுதிகளில் பார்க்க முடிகிறது.

இக்கதையைப் பல முறை நானே பயன்படுத்தியிருக்கிறேன்.

ஜனனம், மரணம் என்பது வாழ்க்கையின் இயல்பான போக்கு. இதை ஏற்காமல், நீங்கள் வாழவே முடியாது! பிறப்பு நேர்ந்து விட்ட பின், மரணம் என்பது இக்கணத்திலும் நேரலாம். அடுத்த நாளும் வரலாம். பல வருடங்கள் கழித்தும் நேரலாம். ஆனால், அது வரப் போவது என்பது உறுதி.

எக்கணத்திலும் உயிர் உங்களை விட்டுப் பிரியக் கூடும் என்ற இந்த உண்மையை உணர்ந்து, அந்த கவனத்துடன் ஒவ்வொரு கணத்தையும் எதிர்கொண்டால் தான், வாழ்க்கையை முழுமையாக வாழ முடியும்.

மரணத்தைத் தவிர்க்க முடியுமா என்ற கவனத்திலேயே வாழ்பவர்கள் உண்மையில் வாழும் கணங்களையே முழுமையாக வாழாமல், வாழ்க்கையையே தவிர்த்தவர்களாகி விடுகிறார்கள்.

இன்றே இறந்து போக வேண்டும் என்பது உங்கள் விருப்பமாக இருக்க வேண்டும் என்று சொல்லவில்லை. ஆனால், அது எக்கணத்தில் நேர்ந்தாலும் எனக்குக் கவலையில்லை என்று உறுதியாக இருந்தால்தான், வாழ்க்கையின் மற்றத் தருணங்களை முழுமையாக அனுபவிக்க முடியும்.

என்றாவது ஒரு நாள் நானும் முடிந்து போவேன் என்பதே வாழ்க்கையின் பேரம்சம். மரணம் என்பது உத்தரவானமானது என்பதை நினைவில் வைத்துக் கொண்டால் தான், 'எங்கிருந்து வந்தேன்? எங்கே போகப் போகிறேன்? இங்கே இருப்பதன் நோக்கம் என்ன?' என்பது பற்றியெல்லாம் தெரிந்து கொள்ளும் ஆவல் பிறக்கும். உத்தரவாதமாக ஒரு நாள் இறப்பேன் என்பதை முழுமையாக ஏற்றால் தான், உங்களுக்கு ஆன்மிகம் பற்றிய சிந்தனை மலரும்.

எனக்கு மரணம் நேராது, இங்கேயே நிரந்தரமாக இருப்பேன் என்று நினைப்பவர்கள்தாம் முட்டாள்தனமான வேலைகளில் ஈடுபடுகிறார்கள். மரணம் என்பது உத்தரவாதமானது என்கையில், அது இயற்கை வகுத்த வரிசையில் நேர்வதுதானே நல்லது?

'உன் குடும்பத்தில் முதலில் உன் மகன் இறந்து அப்புறம் நீ இறந்தால், நீ துடித்துப் போய் விடமாட்டாய்? உன் தகப்பன் உயிருடன் இருக்கும் போது, நீ இறந்து போனால், உன் தந்தையின் மிச்சமுள்ள வாழ்நாட்கள் நரகமாக மாறிவிடாது? உன் பேரக் குழந்தை உன் மகனுக்கு முன்பாக மரணமடைந்தால், உன் மகன், நீ, உன் தந்தை என்று எல்லோருமே துடித்துப் போக மாட்டீர்கள்? 'ஐயோ, அந்தக் குழந்தைக்கு வந்த மரணம் எனக்கு வராமல் போயிற்றே' என்று அனைவரும் அரற்றுவீர்களா, மாட்டீர்களா? தலைமுறை, தலைமுறையாக இயல்பான வரிசையில் மரணங்கள் நிகழட்டும் என்பதை விட வேறென்ன சிறந்த ஆசீர்வாதம் இருக்க முடியும்?'' என்று தான் நம் யோகி கேட்டார்.

அதையே தான் ஜென்குரு இங்கே சொல்கிறார்.

மரணம்

புகழ் பெற்ற மடாலயம் ஒன்றில் ஒரு ஜென் துறவி மரணப்படுக்கையில் இருந்தார். அவரைச் சுற்றிலும் அவரது சீடர்கள் சோக முகங்களுடன் குழுமியிருந்தார்கள். இந்த நிலையில் அவரைப் பார்க்க சாங்ஸு என்ற இன்னொரு ஜென்குரு வந்திருந்தார்.

ஜென்குரு படுத்திருந்த படுக்கையை நெருங்கி அவருக்கு அருகே அமர்ந்து அவரது கரங்களை ஆதரவாகப் பற்றிக் கொண்டு ''இப்பிறவியைக் கடப்பதற்கு உங்களுக்கு என் உதவி தேவையா?'' என்று சாங்ஸு கேட்டார்.

''இது தானாக வருகிறது. தானாகப் போகிறது. உங்களால் இதில் என்ன உதவி செய்ய முடியும்?'' என்று கேட்டார், மரணத்தை நெருங்கிக் கொண்டிருந்த துறவி.

மக்களின் வாழ்க்கையை மேம்படுத்தும் ஜென் கதைகள் ஜென் குருமார்களது உபதேசங்களின் ஒரு பகுதியே!

''அது தான் உங்கள் பிரச்னையா? வருவது, போவது என்று எதுவும் இல்லை என்பதை உணர்வதற்கு ஒரு வழிமுறை இருக்கிறது'' என்றார், சாங்ஸு.

அந்தத் துறவிக்கு உடனே விளங்கியது. புன்னகையுடன் உயிர் நீத்தார்.

▷▷ சத்குருவின் விளக்கம்

ஆம், உண்மையில் வருவது போவது என்பதே இல்லை. எல்லாம் ஒரு வித பிரமை தான். வருவது போவது என்று பேசுவதே மாபெரும் வேடிக்கைப் பேச்சு.

சுழற்காற்றில் சிக்கியிருக்கிறீர்களா? அது இயக்கத்தில் இருக்கும் போது, மரம், வீடு என்று எல்லாவற்றையும் சுழற்றி எடுத்துக் கொண்டு அலையும். அத்தனை உண்மையாகத் தோற்றமளிக்கும். இயக்கம் முடிந்ததும், சட்டெனக் கலைந்து, இருந்த இடம் தெரியாமல் கரைந்து விடும். அதே போல், கடலில் மாபெரும் அலை எழும்புகிறது. அடுத்த நிமிடம் அந்த அலையைக் காணவில்லை. அது எங்கே போனது?

புயலும், சுழற்காற்றும், கடல் அலையும் போல எல்லாமே இந்தப் பிரபஞ் சத்தில் நேரும் வெறும் நிகழ்வுகள் தாம்.

இப்பூவுலகில், சக்தி வெவ்வேறு வடிவங்களில் மையம் கொள்வதும், கலைந்து கரைந்து விடுவதும் தான் நிகழ்கிறதே தவிர, எதுவும் எங்கேயிருந்தும் வரவில்லை. எங்கேயும் போகப் போவதுமில்லை.

வந்ததாக நினைத்து விட்டால், இதன் மீதும், போவதாக நினைத்து விட்டால், அதன் மீதும் பற்று ஏற்பட்டு விடும். நீங்கள் போவதற்கு எந்த இடமும் இல்லை என்பதை உணர்ந்து இங்கே முழுமையாக இருங்கள். முழுமையாக இங்கேயே கரைந்து போங்கள்.

இதைத் தான் சாங்ஸு சொன்னார்.

இதுவும் ஒன்றுமில்லை!

தெஸ்ஸூ என்றொரு துறவி இருந்தார். அவர் தமது வசீகரமான உரைகளால் மற்றவர்களைத் திகைக்க வைத்துக் கொண்டிருந்தார்.

அவர் ஊர் ஊராகப் போய்க் கொண்டே இருந்தார். சென்ற இடங்களில் எல்லாம் குருமார்களைச் சந்தித்து தத்துவ விசாரணை நடத்தினார்.

ஒருமுறை அவர் ஷோகொகு என்ற கோயிலுக்குச் சென்றபோது, அங்கே இருந்த ஒரு ஜென் குருவைச் சந்தித்தார். அவர் பெயர் தோகுவான்.

அதிர்ச்சியும், ஆச்சரியமும் அளிக்கும் நுணுக்கமான ஜென் கதைகள், வாழ்க்கையைப் பார்க்கும் பார்வையே வித்தியாசமானது.

அந்த ஜென்குருவைக் கவர்வதற்காகவும், தான் ஞானி என்பதை அவருக்கு உணர வைப்பதற்காகவும், தெஸ்ஸூ தனது வார்த்தை ஜாலங்களை எல்லாம் பயன்படுத்தி ஞானோபதேசம் செய்தார்.

''எனக்கு ஞானோதயம் கிடைத்து விட்டது. எல்லாம் பொய், மாயை! மனம், புத்தர், பொருட்கள் என்று எதுவுமே இல்லை. என் மனம், என் புத்தி எல்லாமே வெறுமையாகி விட்டது. என் மனதில் இப்போது புத்தரோ, வேறு துறவியோ, ஞானியோ, அஞ்ஞானியோ, ஞானமோ, அறியாமையோ, உழைப்போ, அதன் பலனோ, ஏன் ஞானோதயமோ கூட இல்லை. சூனியம்தான் இயற்கையானது. ஒன்றுமற்ற தன்மை தான் எல்லாவற்றின் உண்மையான அடிப்படைத் தன்மை'' என்று பெருமையாகச் சொன்னார்.

ஞானி தோகுவான், தாம் கையில் வைத்திருந்த கரண்டியால் பொளேர் என்று அவர் தலைமேல் ஓங்கி அடித்தார்!

"ஐயோ!" என்று வலி தாங்கமுடியாமல் அலறினார் துறவி தெஸ்ஸூ.

தலையைத் தேய்த்துக் கொண்டு, ''எதற்காக என்னை அடித்தீர்கள்?'' என்று கோபத்துடன் சீறினார்.

''எல்லாம் ஒன்றுமில்லாதது ஆகி விட்டது என்றால், இது எங்கேயிருந்து வந்தது?'' என்று ஜென்குரு சிரித்துக் கொண்டே கேட்டார்.

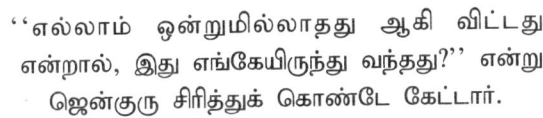

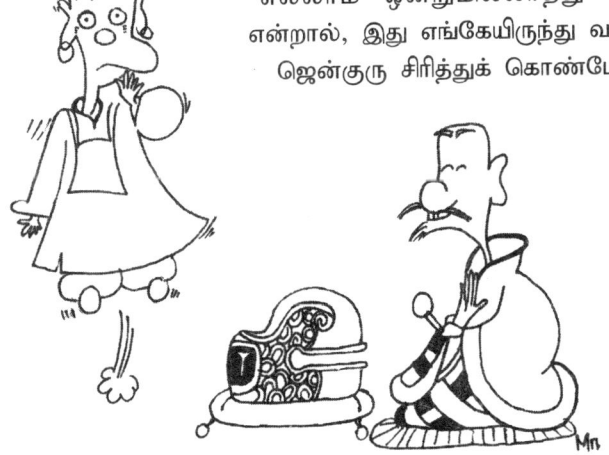

சத்குருவின் விளக்கம்

ஞானோதயம் என்பது போராடிக் கைப்பற்ற வேண்டிய ஒரு நிலை அல்ல. ஞானோதயம் என்பது இங்கிருந்து வேறு எங்கோ குடி பெயர்வது அல்ல. அது சாதனை அல்ல. பெருமைக்குரிய விஷயமாக அதை நினைப்பது எப்படி இருக்கிறது தெரியுமா? 'இன்று ஒரு வாழைப்பழம் சாப்பிட்டேன்' என்பதையே பெருமையாகக் கொண்டாடிக் கொள்வது போல் இருக்கிறது.

ஞானோதயம் என்பது கூடு திரும்புவது போல் ஒரு அடிப்படைத் தன்மை. கூட்டை விட்டுப் பல பறவைகள் பறந்து போய் விட்டன. கூட்டுக்குத் திரும்புவதே அவற்றுக்குப் பெருமையாகத் தோன்ற ஆரம்பித்து விட்டது.

வெறுமை என்றால், எதற்கும் உபயோகமில்லாமல் புத்தியற்றவராக ஆகும் தன்மை அல்ல. வெறுமை என்றால், நீங்கள் சேகரித்த தன்மைகளை வைத்து உங்களை நிரப்பிக் கொள்ளாமல் இருப்பது. வெறுமை நிலையை அடைந்து விட்டால், ஒரு கட்டத்தில், உங்களுடையது என்று சொல்லிக் கொள்ள எதுவும் இருக்காது. உங்களுடையது அல்ல என்று சொல்லிக் கொள்ளவும் எதுவும் இருக்காது. எதையும் செய்யலாம். செய்யாமலும் இருக்கலாம். அந்த நிலையில், மனதின் கட்டாயங்கள் காரணமாக எந்தச் செயலும் நிகழாது.

ஞானோதயம் என்றால் வெறுமை என்று எங்கோ கேள்விப்பட்டதை வைத்து அந்தத் துறவி பெருமை அடித்துக் கொள்கிறார் என்று கண்டு பிடித்து விட்ட ஜென் குரு அவரை அடித்தார். அதற்கு உடனடி எதிர்ச்செயலாக துறவிக்குக் கோபம் வந்து விட்டது. வெறுமையான நிலையில் இருந்தால், கோபம் கொள்வதும், அமைதியாக இருப்பதும் உங்கள் விருப்பப்படி நடக்கும். வெளியிலிருந்து வேறு யாராலும் அதைத் தூண்டி விட முடியாது.

ஞானோதயம் அடைந்தவர்கள் அந்த நிலை பற்றி அதிகம் சொல்லாமல் இருப்பதே நல்லது. இல்லாவிட்டால், ஏதோ சில முட்டாள்கள் அந்த வார்த்தைகளை மட்டும் எடுத்துக் கொண்டு மற்றவரை ஏமாற்றப் பார்ப்பார்கள். அதை விட மோசம், ஞானோதயம் கிடைத்து விட்டதாக அவர்கள் தங்களையே ஏமாற்றிக்கொள்வதுதான்.

நான், நான் இல்லை!

கீச்சு என்பவர் ஒரு காலத்தில் பெரிய ஜென் குருவாக மதித்துப் போற்றப்பட்டவர்.

ஜப்பானிலுள்ள கியோட்டோ தீவின் பெரிய பௌத்தக் கோயிலின் தலைமை குருவாகவும் இருந்து வந்தார் அவர்.

ஒருமுறை கியோட்டாவின் தலைமைத் தளபதி அவரைச் சந்திக்கச் சென்றார். ஜென்மடத்தின் வாசலில் குதிரையிலிருந்து அவர் இறங்கினார்.

மடத்தின் வாசலில் இருந்த சீடர் ஒருவரிடம், ''உங்கள் குருவைச் சந்திக்க விரும்புகிறேன். இந்த நாட்டின் தலைமைத் தளபதி வந்திருப்பதாகப் போய்ச் சொல்'' என்றார்.

சீடரும் உள்ளே சென்றார். குருவிடம் தலைமை தளபதி அவரைச் சந்திக்க விரும்புவதாகத் தெரிவித்ததைக் கூறினார். அதனைக் கேட்ட குருவோ "அந்தப் பயலை நான் ஏன் பார்க்க வேண்டும்? அவன் யாரென்றே எனக்குத் தெரியாது. மேலும் அவனிடம் எனக்கு ஒரு வேலையும் இல்லை. போகச் செல் உடனே!" என்று கூறினார்.

'கட்டுப்பாடு' என்ற பாதையின் வழியே, 'விடுதலை' என்ற இலக்கை நோக்கிப் பயணிக்கிறது ஜென்.

சீடர் விரைந்து திரும்பி வந்தார். "எந்தத் தலைமைத் தளபதியையும் தனக்குத் தெரியாது என்று சொல்லி குரு உங்களைப் பார்க்க மறுத்து விட்டார்" என்று கூறினார்.

தலைமைத் தளபதி ஒரு கணம் யோசித்தார். பின் மண்டியிட்டு ''குருவை நாடி இட்டாஹி வந்திருக்கிறேன் என்று சொல்'' என்றார்.

சீடன் குருவிடம் சென்று அதே போல் கூற, குருவோ, "இட்டாஹியா? நான் அவனைப் பார்க்க வேண்டுமே" என்று கூறியபடி அவரே வெளியே வந்தார். ''உள்ளே வாருங்கள்'' என்று அழைத்துப் போனார்.

சத்குருவின் விளக்கம்

இரண்டு பசுமாடுகள் புல்வெளியில் மேய்ந்து கொண்டிருந்தன. அவற்றில் ஒரு பசு இன்னொன்றினைப் பார்த்து, "ஏண்டி, பைத்தியக்காரத்தனமான மாட்டு நோய் ஒன்று பரவிக் கொண்டிருப்பதாக எல்லோரும் பேசிக் கொள்கிறார்களே. அந்த நோய் பற்றி நீ என்ன நினைக்கிறாய்?" என்று கேட்டது.

"ஆமாமாம். நானும் மற்ற மாடுகள் இடும் அந்த ஊளைச் சத்தத்தைக் கேட்டுக்கொண்டுதானிருக்கிறேன். நான் ஒரு மாடாக இருந்தால்தானே அதைப் பற்றிக் கவலைப்பட வேண்டும்? நான்தான் ஹெலிகாப்டர் ஆயிற்றே..!" என்று கழுத்தை ஒயிலாக வளைத்து, இடுப்பை ஓர் ஆட்டு ஆட்டி மிதப்புடன் கூறியது இன்னொரு பசு.

ஒரு பசு தன்னை ஹெலிகாப்டர் என்று நினைத்துக் கொண்டால் என்ன செய்வது? பசுவால் தன்னை பசு என்று உணர முடியவில்லை. அப்படி

அது தன்னை உணர்ந்து கொண்டாலே போதும், பிரமாதமான பசுவாக வாழலாம்.

அது போலத்தான் இதுவும்!

நம்மை ஓர் உயிராக உணர விடாமல், ஆன்மிகத்துக்குத் தடையாக இருப்பது நாம் சுமக்கும் அடையாளம் தான்.

பிழைப்புக்காக நாம் பலவிதமான அடையாளங்களை எடுக்கிறோம். அந்த அடையாளத்தால் உயிரின் தன்மை எதுவும் புரியப் போவதில்லை.

தேவையில்லாத சாப்பாட்டை வயிற்றை அடைத்து சாப்பிட்டால், வயிற்றுப்போக்கு ஏற்படுவது போல், தேவையற்ற அடையாளங்களால் மனதை நிரப்பினால், அது மனபேதியில் தான் கொண்டு விடும். எதெல்லாம் உண்மையில் நீங்கள் இல்லையோ, அதனுடன் எல்லாம் அடையாளப்படுத்திக் கொண்டு அவதிப்படுகிறீர்கள்.

உங்கள் உடல், மனம், பதவி, உங்கள் சொத்து என்று உங்கள் கையில் எதைக் கொடுத்தாலும், அதனுடன் உங்களை அடையாளப்படுத்திக் கொள்கிறீர்கள்.

யாராவது பக்கத்தில் இருந்தால், அவருக்கு நீங்கள் யார் என்று கூட அடையாளம் காட்டுகிறீர்கள். இப்படி அடையாளங்களில் சிக்கிப் போகிறவர் நிச்சயம் மனபேதி கொண்டிருப்பார். எதைப் போட்டாலும், அது நிற்காமல், வெளியேறி விடும். அவருக்கு தியானம் சொல்லித்தர முடியுமா, இல்லை, ஆன்மிகம் பற்றிப் புரிய வைக்கத்தான் முடியுமா? இப்படிப்பட்டவருடன் குருவுக்கு என்ன வேலை?

அதனால்தான், ஒரு சாதாரணமான உயிராக, மனிதனாக இல்லாமல் தன்னை ஒரு தலைமைத் தளபதியாக நினைத்து குருவைக் காண வந்த அவனைப் பார்க்க குரு மறுத்தார்.

எப்போது தன் பதவி பற்றிய அடையாளத்தை இறக்கி வைத்து விட்டு, அவன் நின்றானோ, சந்தோஷமாக அவனை உள்ளே அழைத்துச் சென்றார்.

வாலால் கெட்ட பாம்பு

அந்தப் பெரும் கானகம், சிங்கம், புலி, கரடி போன்ற கொடிய விலங்குகள், மான், வரிக்குதிரை போன்ற தாவர பட்சிணிகள், பறவை இனங்கள், ஊர்வன, நீந்துவன போன்ற வகை வகையான உயிரினங்கள் பலவற்றுக்கும், உண்ண உணவும் பருக நீரும், இருக்க இடமும் தந்து, அவற்றின் வாழ்வுக்கு ஆதாரமாக விளங்கி வந்தது.

காட்டின் நடுவே பெரிய பாம்பு ஒன்று சந்தோஷமாக, கவலை ஏதும் இன்றி, தினந்தோறும் இரைகளைத் தின்று பசியாறுவது, பின்னர் மரங்களின் கிளைகளில் படுத்து ஓய்வு எடுப்பது என மிக நிம்மதியான வாழ்க்கையை நடத்தி வந்தது.

அமைதியாகக் கழிந்து கொண்டிருந்த அந்தப் பாம்பின் வாழ்க்கையில் ஒருநாள் எதிர்பாராத ஒரு குழப்பம் வந்து சேர்ந்தது. பாம்பின் தலை எப்போதும் முன்னால் செல்ல, அதைத் தொடர்ந்தே சென்று கொண்டிருந்த அதன் வால் திடீரென போர்க்கொடி உயர்த்தியது.

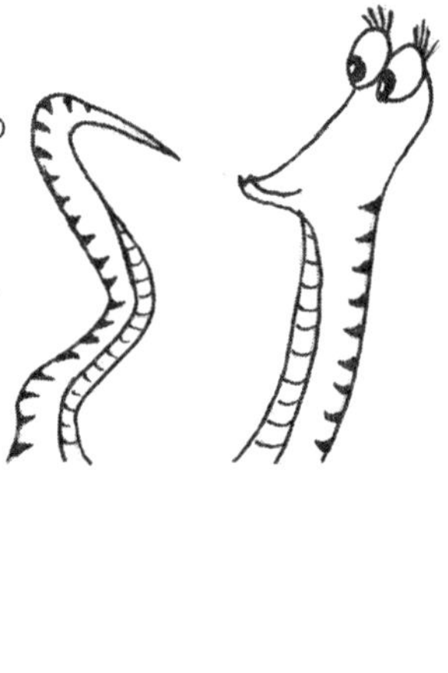

ஜென் என்பது தியானம். எதை நினைத்தும் தியானிப்பதல்ல. எல்லாவற்றிலும் தியானம் இருப்பதாகச் சொல்கிறது ஜென்.

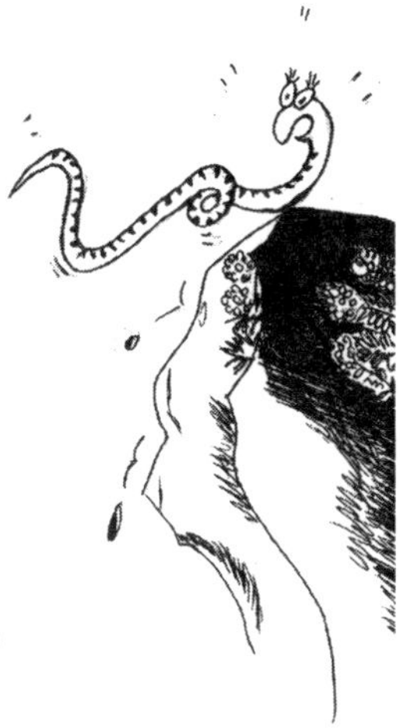

"நீயே தான் எப்போதும் முன்னே செல்கிறாய், இது என்ன அநியாயம்? நீ நகர்வதற்கே நான் தான் காரணம். அப்படியிருக்க, எப்போது பார்த்தாலும் உன்னை நான் பின்தொடர வேண்டுமா? இன்று முதல் நான் தான் வழிகாட்டுவேன்.." என தலையைப் பார்த்துக் கத்தியது வால்.

"என்ன உளறுகிறாய்? கண்கள் என்னிடம் தான் உள்ளன, அவைகளின் பார்வையைக் கொண்டு தான் முன்னே நகர முடியும். கண்கள் இல்லாத உன்னால், எப்படி வழி நடத்திச் செல்ல முடியும்? நான் எங்கெல்லாம் செல்ல வேண்டும் என்று விருப்பப்படுகிறேனோ அங்கெல்லாம் செல்வேன். உன்னால் என்ன செய்ய முடியுமோ செய்து கொள்" என்று கோபமாக பதிலுக்குக் கத்தியது தலை.

"நீ சொல்வது தவறு. நான் பின்னால் இருந்து பலமாகத் தள்ளுவதன் காரணமாகத்தான், உன்னால் முன்னால் போக முடிகிறது. கண்களை மட்டும் வைத்துக் கொண்டு, உன்னால் அசையக் கூட முடியாது. வேண்டுமென்றால் முயன்று பார்" என சவால் விட்ட வால், மரம் ஒன்றை நன்றாகச் சுற்றிக் கொண்டு, பாம்பை முன்னால் செல்ல விடாமல் தடுத்தது.

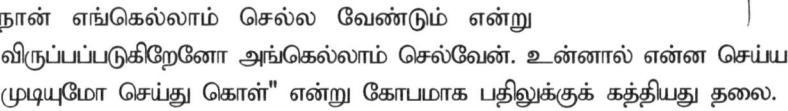

வால் இப்படி ஒத்துழைக்காமல் போனதால் எவ்வளவு முயன்றும் முன்னேற முடியாமல் திணறிய தலை, தன் தோல்வியை ஒப்புக் கொண்டது. 'நீயே முன்னால் செல்' என வாலிடம் தலைமைப் பொறுப்பை ஒப்படைத்தது.

தன் வெற்றியால் ஏற்பட்ட கர்வத்துடன் பாம்பை இழுத்துக் கொண்டு செல்லத் தொடங்கிய வால், பார்ப்பதற்குக் கண்கள் இல்லாமையால், மேடு, பள்ளம் எல்லாவற்றிலும் விழுந்து புரண்டு, கடைசியில் பெரிய மலையின் உச்சியிலிருந்து அதல பாதாளத்தில் விழ, அந்தப் பாம்பு பரிதாபமாக உயிர் துறந்தது.

சத்குருவின் விளக்கம்

மிக எளிமையாகத் தோன்றினாலும், இந்தக் கதைக்குப் பின்னால் ஒரு பெரும் அர்த்தம் பொதிந்திருக்கிறது. வாழ்க்கையின் ஒவ்வோர் அம்சத்துக்கும் ஒரு குறிப்பிட்ட மகத்துவம் இருக்கிறது. வாய்ப்பு இருக்கும் இடத்தில் எல்லாம் வரையறைகளும் இருக்கின்றன.

அவனுக்கு அது கிடைத்ததே, எனக்குக் கிடைக்கவில்லையே, அதை அவன் ஏன் செய்ய வேண்டும், நான் ஏன் செய்யக் கூடாது என்று எல்லாவற்றையும் தர்க்கரீதியாக அணுகினால், வாழ்க்கையின் லயத்திலிருந்து வெகுவாக விலகிப் போய் விடுவீர்கள். உங்களுக்கு விழிகள் மிக முக்கியமானவை என்பதற்காக, அடுத்த முறை உணவை கண்களுக்குக் கொடுத்துப் பாருங்கள். விழிகள் என்ன ஆகின்றன என்பதை உணர்வீர்கள். பசியால் உடலின் எந்தப் பகுதி சோர்ந்து போனாலும், வாயிடம் தான் உணவை ஒப்படைக்க வேண்டியிருக்கிறது. வயிறு தான் அதை ஜீரணம் செய்யும். அதைத் தனக்கென மட்டும் வைத்துக் கொள்ளாமல், உடலின் அத்தனைப் பகுதிகளுக்கும் சக்தியை அது வழங்கும்.

உங்கள் உடல் மட்டும் அல்ல. மொத்தப் பிரபஞ்சமும் அப்படித்தான் ஓர் உடலின் வெவ்வேறு பகுதிகளாக இயங்குகிறது. எங்கோ ஒன்று வழங்கப்பட்டால், அது எல்லாவற்றுக்கும் போய்ச் சேர்கிறது. 'நல்லதை எனக்கு வைத்துக் கொண்டு, நஞ்சை அவனுக்கு வழங்கலாம்' என்று திட்டமிட்டால், அந்த நஞ்சில் ஒரு பகுதி வழங்கியவனுக்கு வந்து சேரும். அதே போல் வளமானதை வழங்கினால், அதில் ஒரு பகுதியும் உங்களுக்கு வந்து சேரும்.

இது ஏதோ வறட்டுத் தத்துவம் அல்ல. பிரபஞ்சத்தின் ஒவ்வோர் அணுவும் மற்றதுடன் தொடர்பு வைத்திருக்கிறது என்பதை விஞ்ஞானம்

அழுத்தம் திருத்தமாக நிரூபித்திருக்கிறது. உங்களுக்கு நீங்கள் செய்வது உலகத்துக்குச் செய்ததாகும். உலகத்துக்குச் செய்தது உங்களுக்குச் செய்ததாகும்.

'இந்தப் பிரபஞ்சத்தில் நான் ஓர் அங்கம்; என்னில் இந்தப் பிரபஞ்சம் ஓர் அங்கம்' என்ற பரிமாணத்தைப் புரிந்து கொண்டவர்களால் தான் வாழ்க்கையை முழுமையாகச் சமநிலையில் வாழ முடியும். எல்லாமே ஒன்று தான். இதைப் பங்கு போட இயலாது. வாழ்க்கையில் இந்தப் பரிமாணம் வந்து விட்டால், 'அது இதை விடத் தாழ்ந்தது, இது அதை விட உயர்ந்தது' என்ற பாகுபாடும், 'அதை எப்படியாவது தவிர்க்க வேண்டும், இதை எப்படியாவது அடைய வேண்டும்' என்ற வெறியுணர்வும் விலகி, வாழ்க்கை சரியான சுருதியில் இயங்கும். முழுமையான பரவசத்தைக் கொண்டு தரும்.

எனக்காகச் செய்வாயா?

புகழ் பெற்ற பல ஜென் கதைகளையும், ஜென் ஹைக்கூ கவிதைகளையும் படித்திருந்த அந்த மாணவனுக்கு ஜென்னைப் பற்றி முழுமையாகத் தெரிந்து கொள்ள வேண்டும் என்ற ஆவல்!

தகுந்த குரு ஒருவரைத் தேடி நாடெங்கும் அலைந்து திரிந்தான். இறுதியில் பலரும் உயர்வாகக் கூறிய ஒரு மடாலயத்தை அடைந்தான். அவன் அங்கே சென்று சேர்ந்த போது மடாலயத்தின் குரு கட்டிலில் ஓய்வாகப் படுத்தபடி, ஜன்னலுக்கு வெளியே தெரிந்த மரக்கிளை ஒன்றில் பின்னங்கால்களில் அமர்ந்திருந்த அணில் ஒன்று, ஒரு கொட்டையை உடைத்து வெகு சுவாரசியமாக உண்டு கொண்டிருந்ததைக் கூர்ந்து கவனித்துக் கொண்டிருந்தார்.

குருவை நெருங்கிய அந்த மாணவன், "ஐயா.. எனக்கொரு ஐயம். அதைத் தாங்கள்தான் தீர்த்து வைக்க வேண்டும்.." என்று பணிவுடன் கூறினான்.

அவனது வருகையால் கவனம் கலைந்த குரு "கேள்" என்று கேட்டார்.

அந்த மாணவனும் மகிழ்ச்சியுடன், "குருவே,

நல்லது, சிறந்தது என்றெல்லாம் சீர்தூக்கிப் பார்ப்பது அல்ல ஜென். 'உள்ளது இதுதான்' என்று உரைப்பதே அது.

ஜென் என்றால் என்ன?" என்று அவரிடம் கேட்டான்.

"சொல்கிறேன். ஆனால் அவசரமாக எனக்குச் சிறுநீர் கழிக்க வேண்டும். அந்த அற்ப வேலையை மட்டும் எனக்காக நீ செய்து விட்டு வந்து விடேன்..." என்றார் ஜென்குரு.

 சத்குருவின் விளக்கம்

இன்றைக்கு அவசரயுகம். எல்லாவற்றையும் தனக்காக வேறொருவர் செய்வாரா என்று பார்க்கும் OUTSOURCING கலாச்சாரம் வளர்ந்து விட்ட நிலை.

அமெரிக்காவில் இருப்பவர்களுக்காக, இந்தியாவில் பணம் வாங்கிக் கொண்டு பிரார்த்தனை செய்யும் அளவுக்கு இது வளர்ந்து விட்டது. அதற்காக, நாம் சிறுநீர் கழிப்பதற்கு வேறு ஆளைத் தேடினால், நம் துணி ஈரமாகி விடும்!

வாழ்க்கைக்கு அடிப்படையானது எதுவாக இருந்தாலும், அதை நாமே செய்தால் தான் நமக்குப் பலன் கிடைக்கும்.

நமக்காக இன்னொருவர் சாப்பிட முடியாது. நமக்காக இன்னொருவர் மூச்சு விட முடியாது. நம் வாழ்க்கையை இன்னொருவரை வாழச் சொல்லி அனுபவிக்க முடியாது. இயற்கையின் அழைப்புக்காகப் போவது என்ற சிறு வேலையைக் கூட வேறொருவர் நமக்காகச் செய்ய முடியாது.

நான் ஆனந்தமாக இருக்கிறேனா, துன்பமாக இருக்கிறேனா, கோபமாக இருக்கிறேனா, அமைதியாக இருக்கிறேனா என்பது எல்லாமே என்னுடைய செயல் தான். இதை வேறு யார் மீதும் தூக்கிப் போட முடியாது.

நாம் செய்தது நமக்கு எப்படியும் திரும்பி வரும் என்ற ஒரு புரிதல் அடிப்படையாகவே நம் நாட்டில் வேரூன்றி விட்டதால் தான், பெரிய நீதி போதனைகள் இல்லாமலேயே, நாம் ஓரளவுக்குக் கட்டுப்பாடான கண்ணியமான நாடாக இருக்கிறோம்.

நம் நாடு இவ்வளவு ஏழ்மையாக இருந்தாலும், பலவிதமான மோசமான சூழ்நிலைகள் இருந்தாலும், நாம் இன்னும் ஒருவரை ஒருவர் வெட்டிச் சாப்பிடாமல் இருக்கிறோம்.

நமக்காக யாரோ சமைக்க முடியும். ஆனால் நமக்காக யாரோ சாப்பிட முடியாது. நமக்காக யாரோ சம்பாதித்துக் கொடுக்க முடியும். ஆனால் நமக்காக யாரும் புண்ணியங்களைச் சேர்த்துக் கொடுக்க முடியாது. நமக்குத் தேவையானதை எல்லாம் யாரோ செய்து கொடுக்க முடியும். ஆனால் நமக்காக யாரோ ஆனந்தப்பட முடியாது.

அடிப்படையான பொறுப்பு, கடமை இரண்டும் நம்முடையவை தான். ஆன்மிகம் என்பது உள்ளே நடக்கும் மலர்தல். இதற்கு குரு வழி காட்டலாமே தவிர, இந்த மலர்தலை நம்மைத் தவிர வேறு யாராலும் நமக்குள் நிகழ்த்த முடியாது.

'ஜென் பற்றி வெளியிலிருந்து விளக்குவதில் என்ன இருக்கிறது? அது உனக்கு உள்ளே நிகழ வேண்டிய புரிதல். அது உனக்கு மட்டுமே சாத்தியம்!' என்பதைத் தான் ஜென் குரு எளிமையாக அவனுக்குச் சொல்லியிருக்கிறார்.

ஜென்னும், ஒரு கோப்பை தேநீரும்!

விஞ்ஞானம், கணிதம், மொழியியல், சரித்திரம், பூகோளம், பொறியியல், மருத்துவம் என பாடங்கள் பலவற்றைக் கரைத்துக் குடித்து, பட்டங்களாக வாங்கிச் சேர்த்து, தமது பெயருக்குப் பின்னால் எழுத்துக்களாக அடுக்கி வைத்திருந்த பேராசிரியர்

ஜென் அரசர்களையும், அவர்களது அதிகாரத்தையும் இந்த மண்ணுக்குச் சமமாகக் கருதும்.

ஒருவர் நான்-இன் என்னும் ஜென் குருவைத் தேடிப் போனார்.

நான்-இன் பேராசிரியரை வரவேற்று, ஆசிரமத்தைச் சுற்றிக் காட்டி விட்டு, தமது அறையில் தமக்கு எதிரே இருந்த இருக்கையில் அமர வைத்தார். பின் அன்புடன் பேராசிரியரை நோக்கி, 'தங்களுக்கு என்ன வேண்டும்?' என்று வினவினார். ''எனக்கு ஜென்னை போதியுங்கள்'' என்றார், அவர்.

''முதலில் தேநீர் அருந்துங்கள்'' என்று சொன்னார், குரு.

பேராசிரியர் கோப்பையை நீட்ட, அதில் குரு தேநீரை ஊற்றினார். கோப்பை நிரம்பிய பின்னும் ஊற்றிக்கொண்டே இருந்தார். தேநீர் வழிந்து வெளியே ஓடியது.

இதனைக் கவனித்த பேராசிரியர் ஒரு கட்டத்தில் பொறுக்க முடியாமல் "என்ன செய்கிறீர்கள் நீங்கள்? கோப்பை நிறைந்து வழிந்து கொண்டிருக்கிறது. அதில் மேலும், மேலும் ஊற்றுகிறீர்களே" என்று பதட்டத்துடன் வினவினார்.

ஜென் குரு புன்னகைத்தார். ''இது தான் ஜென்''

சத்குருவின் விளக்கம்

பள்ளிக்கூடம் போய் கற்கிறீர்கள். கல்லூரி சென்று கற்கிறீர்கள். இணைய தளங்கள் மூலம் ஆயிரம் விஷயங்கள் அறிகிறீர்கள். கடைசியில் யோகாவும் கற்க வருகிறீர்கள்.

கற்றுத் தந்ததும், ‘‘அடுத்த நிலையையும் சொல்லித் தருவீர்களா?’’ என்று கேட்கிறீர்கள்.

உங்களை சந்தோஷப்படுத்த மேலும் மேலும் சொல்லிக் கொடுத்துக் கொண்டே போகலாம். ஆனால், ஒரு கேளிக்கையாகக் கற்கும் வரை, அது உங்களுக்கு எந்த வித பலனும் கொண்டு தராது.

ஏகப்பட்ட காரண அறிவுடன் ஒரு குருவிடம் வந்தால், அவரைப் பற்றிய தீர்மானங்களை உருவாக்குவதிலிருந்து நீங்கள் தப்ப முடிவதில்லை. அவர் எப்படி உட்கார்கிறார், எப்படி உணவருந்துகிறார், எப்படிப் பேசுகிறார் என்று ஒவ்வொன்றையும் கண்காணித்து அவரைப் பற்றி பலவாறான கருத்துக்களை உருவாக்கிக் கொள்வதில் தான் உங்கள் கவனம் போகும். அவரிடமிருந்து பெற வேண்டியது என்ன என்பதில் கவனம் பதியாது.

இதனால் தான் பல குருமார்கள் தங்கள் சீடர்களுக்கு அவ்வப்போது தரிசனம் தந்து விட்டு அவர்களிடமிருந்து விலகியே இருந்தார்கள்.

காலியான கோப்பையாக வந்தால், அதில் எதையாவது நிரப்ப முடியும். ஏற்கெனவே பல குப்பைகளைச் சேர்த்து நிரம்பி வழியும் மூளைகளுக்கு எதைச் சொல்லித் தரமுடியும்? புதிதாகச் சொல்லித் தருபவவை மேலும் குப்பைகளாகத் தான் நிரம்பி வழியும் என்பதைத் தான் ஜென்குரு பேராசிரியருக்கு நுட்பமாகத் தெரிவித்தார்.

 # அடையாளம்

பல போர்களை வென்ற ஒரு ராணுவ தளபதி ஒருவருக்கு அழகான கண்ணாடிக் கோப்பை ஒன்று அன்பளிப்பாகக் கிடைத்தது.

அவர் அதைத் தம் மேசைமேல் வைத்து அழகு பார்த்து ரசித்துக் கொண்டிருந்தார்.

பிறகு அதைக் கையில் எடுத்துத் தடவிப் பார்த்தார். கைகளில் உருட்டிப் பார்த்தார்.

பிறகு மெல்லத் தூக்கிப் போட்டுப் பிடித்துப் பார்த்தார். பின் அந்தக் கோப்பையைத் தேய்த்துச் சுத்தம் செய்யத் தொடங்கினார்.

> ஓர் உண்மையான ஜென் என்பவன் இந்த உலகிலேயே வாழ்பவன். ஆனாலும் உலக தூசுகளின்பால் பற்றுகள் அற்றவன்.

அப்போது அந்தக் கண்ணாடிக் கோப்பை சட்டெனக் கை நழுவிக் கீழே விழப்பார்த்தது. ஒரு கணம் தவித்துப் போன அவர் அது தரையைத் தொடும் முன் எப்படியோ பிடித்து விட்டார். குப்பென்று வியர்த்துவிட்டது! அவரிடமிருந்து பெருமூச்சு ஒன்று வெளிப்பட்டது.

அது அவருக்கே வியப்பாக இருந்தது.

'எத்தனை போர்க்களங்களில் பகைவர் படை நடுவே அஞ்சாமல் பாய்ந்திருக்கிறோம். பாய்ந்து வரும் வாள் கண்டு நடுங்காமல் எதிர்த்துத் தாக்கியிருக்கிறோம். அப்போதெல்லாம் திடுக்கிடாத என் மனம், இந்த சின்னக் கோப்பை கை நழுவும்போது திடுக்கிட்டுவிட்டதே! என்ன அதிசயம் இது!' என்று வியந்தார் தளபதி.

சற்று ஆற அமர சிந்தித்துப் பார்த்தபோது, உண்மை புலனாயிற்று. அவர் முகத்தில் திடீரென்று ஒரு புன்னகை முளைத்தது.

உடனே அந்தக் கண்ணாடிக் கோப்பையைத் தூக்கி எறிந்து உடைத்து, நிம்மதியடைந்தார்!

▷▷ சத்குருவின் விளக்கம்

எதனுடனும் உங்களை அடையாளப்படுத்திக் கொள்கையில், வேதனைகள் தாம் வரும்.

எல்லையில்லாத உயிரைப் போய் உடலுடன் அடையாளப்படுத்திக் கொள்கிறீர்கள். அட, மனதில் தோன்றும் எண்ணங்களுடன் கூட உங்களுக்கு அடையாளம் வந்து விட்டது. நீங்கள் உருவாக்கிய உணர்வுடன் கூட அடையாளம் பிறந்து விட்டது.

வாழ்க்கையின் பெரும்பான்மையான தருணங்களில் நீங்கள் ஓர் உயிராக மட்டும் உங்களைக் கருதினால், எந்தப் பிரச்னையும் இல்லை. ஆண், பெண் என்ற அடையாளங்களுடன் செயல்படுகையில் கூட சில கட்டாயங்களை நீங்களே விதித்துக் கொண்டு விடுவீர்கள். சொல்லப் போனால், உங்களை ஆண் என்றோ, பெண் என்றோ, அடையாளப்படுத்தி, அதன் மீது உங்கள் வாழ்க்கையை அமைக்க அவசியம் கூட இல்லை.

உங்கள் பதவி, நீங்கள் கட்டிய வீடு, நடுவில் வந்த உறவுகள், நண்பர்கள், உங்களுடையது என நீங்கள் போற்றிப் பாதுகாக்கும் பொருட்கள் என்று எல்லாவற்றுடனும் ஓர் அடையாளம் உங்களைப் பிணைத்துப் போடுகிறது. அந்த அடையாளங்களுடன் சிக்கிப் போராடுகையில் தேவையற்ற பதைப்பு வரத் தான் செய்யும்.

அந்த அடையாளங்களைத் தாண்டி இருக்கையில் தான், உங்கள் திறன் உச்சத்தில் செயல்படுகிறது. குறுகலான வரையறைகளைத் தாண்டி காலெடுத்து வைக்கையில், நினைத்துப் பார்க்காத விஷயங்கள் கூட சாத்தியமாகின்றன.

கற்சிலையா, தெய்வமா?

அது ஒரு மலைக்காடு. அங்கே நெடு, நெடுவென மரங்கள் வளர்ந்திருந்தன. மலைச் சரிவு எங்கும் விதம், விதமான காட்டுப்பூக்கள் மலர்ந்து மணம் பரப்பிக்கொண்டிருந்தன. அழகிய அணில்களும், இசைப் பறவைகளும், கும்மாளக் குரங்குகளும் நிறைந்த அந்தக் காட்டுப் பகுதியில் நான்குவான் என்னும் ஜென் ஞானி ஒருவர் கையில் ஏந்தியிருந்த அரிவாளால் களைகளை அகற்றிக் கொண்டிருந்தார்.

> ஜென், தான் செய்த தவற்றின் பொறுப்பை தைரியமாக ஏற்றுக் கொள்ளும். ஒரு போதும் அதனைப் பிறர் மீது திணிக்காது.

அந்தச் சமயத்தில் அந்தப் பக்கமாக ஒரு துறவி தடுமாறி, தடுமாறிப் பயணம் செய்து வந்தார். மலைச்சரிவில் வேலை செய்து கொண்டிருந்த நான்குவானைக் கண்டதும் அவர் முகம் மலர்ந்தது. வேகமாக எட்டி நடை போட்டு நான்குவானை அணுகினார்.

வேலையில் மூழ்கியிருந்த நான்குவானோ தனக்கு அருகில் வந்து நின்ற துறவியைக் கவனிக்கவில்லை.

"ஐயா.." என்று அழைத்து நான்குவானின் கவனத்தைக் கவர்ந்தார் துறவி. நான்குவான் நிமிர்ந்து பார்த்தார்.

சத்குரு ▷ **49**

துறவி அவசர, அவசரமாக, "ஐயா. எனக்கு இந்தக் காட்டில் வழி தெரியவில்லை. புகழ் பெற்ற குருவான நான்குவானின் மடாலயத்துக்கு எப்படிச் செல்வது?" என்று கேட்டார்.

"நான் இந்த அரிவாளை மூன்று வெள்ளிக் காசுகள் கொடுத்து வாங்கினேன்.." என்றார் நான்குவான்.

அவருக்குக் காது கேட்கவில்லையோ என்று நான்குவானைத் தேடி வந்த துறவிக்குக் குழப்பம்!

"ஐயா, நான் அரிவாளைப் பற்றிக் கேட்கவில்லை. புகழ் பெற்ற நான்குவான் குருவுடைய மடாலயத்துக்குப் போகும் வழி எது என்றுதான் கேட்டேன்..." என்றார் பயணி.

"அரிவாள் வெகு கூர்மையாக இருப்பதால் எவ்வளவு உபயோகமாக இருக்கிறது தெரியுமா?" என்று நான்குவான் குரு பதில் அளித்தார்.

சத்குருவின் விளக்கம்

நான்குவானைச் சந்தித்தத் துறவி 'புகழ் பெற்ற நான்குவான் மடாலயத்துக்கு எப்படிச் செல்வது?' என்று வினவுகிறார்.

கையில் அரிவாளுடன் நான்குவானே அங்கிருக்கிறார். ஜென் கலாச்சார முறைப்படி 'நான் இந்த அரிவாளை மூன்று வெள்ளிக் காசுகள் கொடுத்து வாங்கினேன்' என்று கூறி, எதிரில் நிற்பவனின் கவனத்தைத் தன் பால் ஈர்க்கப்பார்க்கிறார் குரு நான்குவான். அப்படித்தான் ஜென்குருமார்கள் செயலாற்றுவது வழக்கம்.

வழி கேட்டு வந்த துறவி அரிவாளின் மீது தன் கவனத்தைப் பதித்திருந்தாரேயானால், அதைக் கையில் பற்றியிருந்த மனிதனையும் கவனித்திருப்பார். அவர் யாரென்று புரிந்து கொண்டும் இருப்பார்.

ஆனால் வந்தவரோ அரிவாளில் கவனம் பதிக்கவில்லை. எனவே ஞானி நான்குவான் 'அரிவாள் வெகு கூர்மை என்றும் அதனால் எவ்வளவு உபயோகமாக இருக்கிறது தெரியுமா?' என்றும் கூறுகிறார்.

நான்குவான் அரிவாளைக் கொண்டு புல் வெட்டுவதைப் பற்றி மட்டும் கூறவில்லை. 'அதைக் கொண்டு எல்லாவற்றையும் வெட்ட முடியும். அது உன்னுடைய அறியாமையைக் கூட வெட்டும் அளவுக்குக் கூர்மையாக இருக்கிறது. அப்படிப்பட்ட அரிவாள் என்னிடம் இருக்கிறது. இதோ நான் இங்கே இருக்கிறேன். நீ எதற்கு எனது மடாலயத்துக்குச் செல்ல வேண்டும்?' என்று கேட்கிறார் ஞானி நான்குவான்.

தோற்றத்துக்கு முக்கியத்துவம் கொடுக்கும் போது உண்மையான விஷயத்தை இழந்து விடுகிறோம். பெயர், புகழ் ஆகியவற்றில் கவனம் வைக்கும் போது, நாம் எதைத் தேடிப் போகிறோமோ அதுவே நம் எதிரில் வந்தாலும் அதைத் தவற விட்டு விடுகிறோம்.

சாலையில் செல்லும் போது எதிரில் கடவுளே வந்தாலும் நாம் கோவிலுக்குத்தான் செல்வோம். எந்த குருவைத் தேடி அந்தத் துறவி வந்தாரோ அந்த குருவே அவருக்கு நேர் எதிரில் நிற்கிறார். தேடி வந்த துறவிக்கோ எதிரில் நிற்கும் குருவைப் பற்றிக் கவலையில்லை. அவர் மடாலயத்துக்குத்தான் போக வேண்டும் என்கிறார்.

சங்கில் இருந்து வழங்கப்பட்டால் தான் தீர்த்தம் என்று முடிவு கட்டிய பிறகு, கையில் அமிர்தமே வழங்கப்பட்டாலும் அதை அமிர்தம் என்று அறிந்து அருந்துவதற்கு ஒரு விழிப்புணர்வு தேவை.

ஏராளமான மக்கள் புத்தரைப் பற்றியும், கிருஷ்ணனைப் பற்றியும், இயேசுவைப் பற்றியும் ஏராளமாகப் பேசுகிறார்கள். பேசுவதற்கு விழிப்புணர்வும் தேவையில்லை. புத்திசாலித்தனமும் தேவையில்லை.

அவர்கள் நம்மிடம் இருந்து விலகிச் சென்று ஆயிரம், ஆயிரம் ஆண்டுகள் ஆகிவிட்டன. அவர்கள் இருக்கும் போது என்னென்னவோ நிகழ்வுகள் நிகழ்ந்தன. அப்போதெல்லாம் அவற்றில் யாரும் அக்கறை கொள்ளவில்லை. அவர்களை யாரும் கண்டு கொள்ளவும் இல்லை.

இப்போதோ அவர்கள் எல்லாம் சென்று பல்லாயிரம் ஆண்டுகள் கடந்து விட்டன! அதனால் அவர்களை மிகச் சிறந்த ஞானிகள் என்று எல்லோரும் கொண்டாட ஆரம்பித்து விட்டார்கள்.

கிருஷ்ணன் இருக்கும் போது உணரமுடியவில்லை. அவன் போனதற்குப் பின் பஜனை செய்து என்ன உபயோகம்? இயேசு இருந்த போது அவரைச் சிலுவையில் அறைந்தாகிவிட்டது. இப்போதோ அவரது போதனைகள் மூலை முடுக்குகளில் எல்லாம் ஒலிக்கின்றன.

இப்போது இருப்பதைக் கவனிக்க வேண்டுமென்றால் அதற்கு விழிப்புணர்வோ, பக்தியோ தேவையில்லை. பத்து பேருக்குத் தெரிகிற மாதிரி ஒரு விஷயம் புகழ் பெற்று விட்டால் போதும் அதைப் பிடித்துக் கொண்டு ஆட ஆரம்பித்து விடுகிறோம்.

இதை ஆன்மிகம் என்று சொல்லமுடியாது. ரசிகர் மன்றம் என்று வேண்டுமானால் கூறலாம். ஒருவர் கிருஷ்ணன் ரசிகர் மன்றம், இன்னொருவர் இயேசு ரசிகர் மன்றம், வேறு ஒருவர் புத்தர் ரசிகர் மன்றம்!

இப்போதும் இயேசு, புத்தர், கிருஷ்ணன் இவர்கள் எல்லாம் இருந்த போதில் நடந்த நிகழ்வுகள் போல் நிறைய நடந்து கொண்டுதான் இருக்கின்றன. அதைக் கவனித்து உணருவதற்கு மென்மையான இதயமும், கூர்மையான புத்தியும், தெளிவான விழிப்புணர்வும் தேவை.

அவற்றை வளர்த்துக் கொள்ளாமல் எது இப்போது சமூகத்தில் மிகவும் பிரபலமாக இருக்கிறதோ அதன் காலைப் பிடிப்பதில் அர்த்தமே இல்லை.

# சந்தைக்குப் போன துறவி

ஒரு ஜென்குருவிடம் பல சீடர்கள் இருந்தனர்.

அந்த குரு, புதிதாகச் சேர்ந்த ஒரு சீடனை அழைத்தார். "சந்தைக்குப் போய், மடத்துக்குத் தேவையான சில பொருட்களை வாங்கி வா" என்று அவனிடம் பணம் கொடுத்து அனுப்பினார்.

சந்தைக்குப் போய் பொருட்களை வாங்கிக்கொண்டு திரும்பும் வழியில் சீடன் ஓர் இளம் ஜென் துறவியைச் சந்தித்தான். அவரும் சந்தையிலிருந்து சில பொருட்களை வாங்கிச் செல்வதைக் கவனித்தான். பேச்சுத் துணையாக இருப்பார் என்று நினைத்து, அவரிடம் "எங்கே போகிறீர்கள்?" என்று கேட்டான்.

உள்ளதை உள்ளபடியே மனமுவந்து ஏற்றுக் கொள்வது ஜென்.

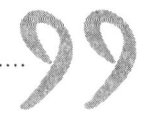

"என் கால்கள் அழைத்துப் போகும் இடத்துக்கு" என்று சொல்லி விட்டு அவர் போய்விட்டார். சீடன் குழம்பினான். கால்கள் போகும் இடத்துக்குப் போகிறவர் எதற்காகச் சந்தையில் பொருட்களை வாங்கிச் செல்ல வேண்டும்?

மடத்துக்குத் திரும்பியதும், தன் சந்தேகத்தை குருவிடம் கேட்டான். "அடுத்த முறை அவரைச் சந்திக்கும்போது, 'கால்கள் இல்லாவிட்டால் என்ன செய்வீர்கள்?' என்று கேள்" என்றார் குரு. மறுநாளும் சீடன் அந்த இளம் துறவியைச் சந்தித்தான். அவர் முந்தின நாள் சொன்ன பதிலைச் சொன்னால், அவரை மடக்குவதற்கான கேள்வி அவனிடம் தயாராக இருந்தது. எனவே, "எங்கே போகிறீர்கள்?" என்று கேட்டான். "காற்று எங்கே கொண்டு போகிறதோ அங்கே" என்று இளம் துறவியிடமிருந்து பதில் வந்தது. சீடன் மிகவும் குழம்பிவிட்டான். தன்னிடம் பேச விரும்பாமல், அவர் பேச்சைக் கத்தரிக்கிறாரா என்று கோபம் கூட வந்தது.

நடந்ததைத் தன் குருவிடம் அப்படியே விவரித்துச் சொன்னான். "அடுத்த முறை அந்த பதிலைச் சொன்னால், விடாதே! 'காற்று வீசாவிட்டால், எங்கே போவீர்கள்?' என்று கேள்" என்று குரு சிரித்துக் கொண்டே சொல்லி அனுப்பினார். அடுத்த முறை இளம் துறவி குதர்க்கமாக பதில் சொன்னாலும், அவரை மடக்க வேண்டும் என்று சீடன் பல கேள்விகளைத் தயார் செய்து கொண்டான்.

மறுநாள் இளம்துறவியை சந்தைக்குப் போகும் வழியிலேயே சந்திக்க நேர்ந்தது. சீடன் "எங்கே போகிறீர்கள்?" என்று வழக்கம் போலக் கேட்டான். இளம் துறவி அவனைப் பார்த்துப் புன்னகைத்தார்.

"சந்தைக்கு" என்று சொல்லிவிட்டு நிற்காமல் போய்க்கொண்டே இருந்தார்.

சத்குருவின் விளக்கம்

முன்கூட்டியே செய்த தீர்மானங்களின் படி எந்தச் சூழ்நிலையையும் எதிர்கொள்வது சரியல்ல. ஏனென்றால், இது இப்படித்தான் இருக்கும் என்று நீங்கள் எத்தனை திட்டமிட்டிருந்தாலும், ஒரு குறிப்பிட்ட சூழ்நிலை உண்மையில் எதிர்ப்படும்போது, அதில் நீங்கள் எதிர்பார்க்காத சில மாறுதல்கள் இருப்பது சாத்தியம்.

எனவே, ஒரு கேள்விக்குச் சரியான விடை, தவறான விடை என்று எதுவும் இல்லை. பொருத்தமான விடை என்றுதான் உள்ளது. செயலும் அப்படித்தான். எந்தச் சூழ்நிலையிலும் சரியான செயல், தவறான செயல் என்பதை விட அந்தச் சூழ்நிலைக்குப் பொருத்தமான செயல் என்பதே உசிதமானது.

ஆனால், தர்க்க ரீதியான மனம் எல்லாவற்றுக்கும் சரியான வழி, தவறான வழி என்று இருப்பதாக நம்புகிறது. வாழ்க்கை என்பதை உன்னதமாகக் கையாள தர்க்க ரீதியான அணுகுமுறை உதவாது. அந்தந்தக் கணத்துக்குப் பொருத்தமான விதத்தில் வாழ்க்கையை எதிர் கொள்வதே வாழ்வின் வினோதங்களையும், அதிர்ச்சிகளையும் இயல்பாக ஏற்க வழி வகுக்கும்.

நீதிபோதனைகளைக் கடைப்பிடித்து வாழ்வதற்கும், முழுமையான உள்ளுணர்வோடு வாழ்வதற்கும் இது தான் முக்கியமான வித்தியாசம்.

நீதிபோதனைகள் எல்லாவற்றுக்கும் தயாரான விடைகளைத் தர முனையும். 'இதைச் செய், இதைச் செய்யாதே. இதைச் சொல், இதைச் சொல்லாதே, இது நல்லது, இது கெட்டது' என்று சொல்வதெல்லாம் எல்லா சந்தர்ப்பங்களிலும் பொருத்தமான தீர்வுகளாக இருக்க இயலாது.

முன்னதாகவே தீர்மானிக்கப்பட்ட பேச்சு, முன்னதாகவே தீர்மானிக்கப்பட்ட செயல், முன்னதாகவே தீர்மானிக்கப்பட்ட வாழ்க்கை என்பதெல்லாம் சூழ்நிலைகளால் பந்தாடப்படக் கூடும்.

சூழ்நிலை என்பது ஒவ்வொரு கணத்திலும் மாறிக்கொண்டே இருக்க வல்லது. அந்தச் சூழ்நிலைக்குத் தகுந்தவாறு கவனமாகச் செயல்பட வேண்டுமென்றால், நாம் கணத்துக்குக் கணம் விழிப்புணர்வோடு இருக்க வேண்டும்.

விழிப்புணர்வோடு இல்லாமல், முன்கூட்டியே ஏதோ ஒரு முடிவெடுப்பது என்பது வாழ்க்கைக்கே முடிவாகி விடும். வாழ்க்கை உயிர்ப்புடன் இருக்க வேண்டுமானால், முன்கூட்டியே தீர்மானங்கள் செய்வதை நிறுத்தி விட்டு,

நீங்கள் முழு உள்ளுணர்வுடன் அந்தந்தக் கணத்தை எதிர்கொள்ள வேண்டும்.

கடவுள் இருக்கிறார் என்று தீர்மானித்திருப்பது ஆத்திகம். கடவுள் இல்லை என்று தீர்மானித்திருப்பது நாத்திகம். இரண்டு நம்பிக்கைகளின் பேரில் இரண்டு அணிகளாகப் பிரிந்து காலாகாலத்துக்கும் விவாதங்கள் புரியலாம். தங்கள் நம்பிக்கைகளை மற்றவர் மீது திணிக்கப் பார்க்கலாம். ஒப்புக் கொள்ளாதவர்களோடு போர் செய்யலாம். எதுவும் வாழ்க்கையை நுகர உதவாது. இரண்டு நம்பிக்கைகளுமே ஆன்மிகத்துக்கு ஒத்து வராதவை.

இப்படித்தான் என்று நம் புத்திக்கு நாமே முடிச்சு போட்டு வைத்து விட்டோம். இந்த புத்தியால், மாறான சூழ்நிலைகளை எதிர்கொள்ள முடியாது.

உண்மையை, இப்படித்தான் என்று தானாகத் தீர்மானிப்பதை விடுத்து உள்ளுணர்வுடன் தேடுவது தான் ஆன்மிகத்தின் அடிப்படையே!

ஆன்மிகப் பயணம் என்பது சரியான விடைகளைச் சொல்வதல்ல. சரியான பாதையைத் தேர்ந்தெடுப்பது கூட அல்ல. எப்படி இருந்தால் இந்த உயிருக்கு உன்னதமோ, அப்படி இருப்பது. ஒவ்வொரு சூழ்நிலையிலும், அந்தந்த அவசியத்துக்கேற்ப நடந்து கொள்வதே ஆன்மிக வழி.

ஆன்மிகம் மட்டுமல்ல. யதார்த்த வாழ்க்கையிலும் வெற்றி பெற வேண்டுமானால், அந்தந்தச் சூழல்களை எதிர்கொள்ளும் தருணத்துக்கேற்ப முடிவு செய்ய வேண்டும்.

இளம் ஜென் துறவி அந்தத் தேடுதலில் இருக்கிறார். ஜென்மடத்தில் சேர்ந்த சீடர் முன்கூட்டிய தீர்மானங்களோடு கேள்விகளை அமைப்பதால், மாறான பதில் வந்ததும் திணறுகிறார். இதை மறைமுகமாக விளக்குவது போல், அவருடைய கேள்விகளுக்கு இளம் துறவி அறுதியிட்டு பதில் தராமல், சீடருக்குப் புரிய வைக்கிறார்.

உயர்ந்தவர் யார்?
புத்தரா, போதிதர்மரா?

சீனாவில் புத்தரின் புகழ் பரவக் காரணமாக இருந்தவர், போதிதர்மா. அவருக்கு மரியாதை செலுத்தும் வண்ணம், சீன நகரம் ஒன்றில், புத்தரின் ஆலயத்தில் அவருக்கும் ஒரு சன்னிதி அமைக்கப்பட்டிருந்தது.

லிஞ்சி என்ற ஜென்குரு அந்த ஆலயம் பற்றிக் கேள்விப்பட்டு அந்த புத்த ஆலயத்தைத் தேடி வந்தார்.

"அனைத்தும் அறிந்த அறிவாளிகள் ஒரு போதும் ஜென்னாக முடியாது."

ஆலயத்தில் பூசாரியாக இருந்தவர் அவரை சகல மரியாதைகளுடன் வரவேற்றார். வெகு தொலைவு பயணம் செய்து, ஆலயத்துக்கு வந்திருக்கும் லிஞ்சியை எப்படியாவது மகிழ்ச்சிக்குள்ளாக்க வேண்டும் என்று நினைத்தார்.

அவருக்கு வாயிலிலேயே உலர்ந்த பழங்கள் கொடுத்து உபசரித்தார். பின்னர், ''யாருக்கு முதல் வழிபாடு செய்ய விரும்புகிறீர்கள்? புத்தருக்கா, அல்லது போதி தர்மாவுக்கா?'' என்று பணிவுடன் பூசாரி லிஞ்சியிடம் கேட்டார்.

லிஞ்சி பூசாரியை நிமிர்ந்து பார்த்தார். ''என் வழிபாடு புத்தருக்கும் இல்லை. போதிதர்மாவுக்கும் இல்லை..'' என்றார் அமைதியாக.

"ஏன் ஐயா?" என்று பூசாரி மிரண்டு கேட்டார்.

"எதற்காக அவர்களுக்கு வழிபாடு? அவர்கள் உங்களுக்கு என்ன செய்து கிழித்தார்கள்?'' என்று கேட்டு விட்டு, லிஞ்சி தன் அங்கி பறக்க ஆலயத்துக்குள் நுழையாமலேயே சென்று விட்டார்.

 சத்குருவின் விளக்கம்

முதலில் போதிதர்மா யார் என்று தமிழர்கள் அறிய வேண்டும். போதிதர்மா தமிழ்நாட்டுக் காஞ்சியில் அரச குடும்பத்தில் பிறந்த பல்லவ இளவரசர். புத்தரின் கருத்துக்களால் பெரிதும் கவரப்பட்டு, புத்தமதம் பரவக் காரணமாயிருந்தவர்.

சீனாவில் ஹூ என்றொரு அரசர் இருந்தார். புத்தரின் போதனைகள் பற்றிக் கேள்விப்பட்டு, அதைச் சீனாவுக்குக் கொண்டு வர வேண்டும் என்று அவர் பெரிதும் விரும்பினார். இதற்குத் தகுதியான ஒரு ஞானியை இந்தியாவிலிருந்து சீனாவுக்குக் கொண்டு வர வேண்டும் என்று அவர் பல முயற்சிகள் மேற்கொண்டார்.

சீனாவில் பல்வேறு தியான மண்டபங்களைக் கட்டினார். புத்தருக்கு மலர்கள் பிடிக்கும் என்பதால், பல நூறு பூந்தோட்டங்களை உருவாக்கினார். புத்தரின் போதனைகளைச் சீன மொழியில் மொழியாக்கம் செய்ய பல நூறு விற்பன்னர்களை நியமித்தார். இத்தனை முன்னேற்பாடுகளைச் செய்தும் கூட, கிட்டத்தட்ட நாற்பது வருடங்களுக்கு அவர் எதிர்பார்த்தபடி யாரும் இந்தியாவிலிருந்து வரவில்லை.

அரசருக்கு எழுபத்து மூன்று வயதாகி விட்டது. மூப்பில் அவர் தளர்ந்திருந்த நிலையில், அவர் அழைப்பை ஏற்று, போதிதர்மா என்ற ஞானி தென்னிந்தியாவிலிருந்து வருவதாக அவருக்குத் தகவல் கிடைத்தது. ஹூ மிகவும் மகிழ்ந்தார்.

போதிதர்மா இமயத்தைக் கடந்து சீனாவில் காலடி பதித்த போது, எல்லையிலேயே அவரை வரவேற்க அரசர் ஹூ மாபெரும் மரியாதைகளுடன் காத்திருந்தார். ஆனால், போதிதர்மாவைப் பார்த்த கணத்தில் அவருடைய மகிழ்ச்சி காணாமல் போயிற்று.

ஞானி என்றால் நரைத்த கூந்தல், தாடியுடன் பழுத்த முதியவர் ஒருவர் வரப் போகிறார் என்று அரசர் கற்பனை செய்து வைத்திருந்தார். ஆனால், போதிதர்மாவோ, இருபத்திரண்டு வயதே நிறைந்திருந்த இளைஞனாக அங்கே நின்றார்.

'குள்ளமாக, கறுப்பாக இருக்கும் இந்தச் சிறுவனிடமா நான் புத்தம் பற்றி கற்கப் போகிறேன்?' என்ற நினைப்பே சீன அரசரைக் குடைந்தது. எல்லாவற்றையும் அடக்கிக்கொண்டு, ''உங்களிடம் கேள்வி கேட்கலாமா?'' என்றார்.
''கேளுங்கள்'' என்றார், போதிதர்மா.
''படைப்பின் மூலம் எது?'' என்று கேட்டார் ஹூ.

போதிதர்மா ஏதோ நகைச்சுவையைக் கேட்டு விட்டது போல், வாய் விட்டுச் சிரித்தார். ''என்னவொரு முட்டாள்தனமான கேள்வி. வேறு ஏதாவது கேளுங்கள்'' என்றார்.

ஒரு சிறுவன் தன்னை அவமானப்படுத்துவதை அரசரால் பொறுக்க முடியவில்லை. இருந்தாலும் தன் கோபத்தை அடக்கிக்கொண்டு, ''என்னைப் படைத்தவன் எங்கே இருக்கிறான்?'' என்று கேட்டார்.

போதிதர்மா மீண்டும் குலுங்கிக் குலுங்கிச் சிரித்தார். ''புத்திசாலித்தனமாக எதுவுமே கேட்க மாட்டீர்களா?'' என்றார்.

அரசர் வெகுண்டார். ஆனாலும், போதிதர்மாவை ஞானி என்று சொல்கிறார்களே என்று அதையும் பொறுத்துக் கொண்டார்.

''கடந்த நாற்பதாண்டுகளில், என் நாட்டில் பல்லாயிரம் தியான மண்டபங்கள் கட்டியுள்ளேன். பல நூறு பூந்தோட்டங்கள் அமைத்துள்ளேன். விற்பன்னர்களைக் கொண்டு புத்தரின் போதனைகளை சீன மொழியில் மாற்றியுள்ளேன். இது தவிர மக்களின் நன்மைக்காகப் பல்லாயிரம் கிணறுகள் வெட்டியிருக்கிறேன். ஊருக்கு ஊர் பள்ளிக்கூடங்கள், இலவசச் சத்திரங்கள், உணவு விடுதிகள் எத்தனையோ கட்டியுள்ளேன். இன்னும் மக்களுக்காகப் பல வசதிகள் செய்து கொடுத்துள்ளேன். எனக்கு முக்தி கிடைக்குமா?''

போதிதர்மா எழுந்தார். அரசரை மேலும் கீழும் பார்த்தார். ''முக்தியா? வாய்ப்பே இல்லை. நீ ஏழாம் நரகத்தில் தீயில் வெந்து எரிவாய்..''

அரசர் ஹூ பொறுமையிழந்தார். ''என்ன திமிர் உனக்கு! எங்கிருந்தோ என் தேசத்துக்கு வந்து என்னையே முட்டாள் என்கிறாய். நரகத்தில் எரிவேன் என்கிறாய். புத்தரின் பெயரைச் சொல்வதால், உன் உயிரை எடுக்காமல் விடுகிறேன். உடனடியாக என் நாட்டை விட்டு வெளியேறு'' என்று கூச்சலிட்டார்.

அரசரிடம் அப்படி என்னதான் குற்றம் கண்டு பிடித்து விட்டார் போதிதர்மா? படைப்பின் மூலமும், படைத்தவனின் இருப்பிடமும் தன்னிலேயே இருப்பதை உணராமல் கேட்ட அரசரைத் தூண்டுவதற்காக அவர் அவற்றை முட்டாள்தனமான கேள்விகள் என்றார்.

புத்தமார்க்கத்தில், மனம் என்பது ஏழு அடுக்குகளைக் கொண்டதாகக் கருதப்படுகிறது. மற்றவர்களுக்கு என்னென்ன செய்தோம் என்று நினைவு வைத்துக் கொள்வதையும், அதில் பெருமிதம் கொள்வதையும் மிகவும் கீழான ஏழாம் நிலையாக உருவகப்படுத்தி, அரசரை, 'ஏழாம் நரகத்தில் வெந்துபோவாய்' என்றார், போதிதர்மா.

அரசரின் கோபம் கண்டு போதிதர்மா அயரவில்லை. பக்கத்தில் இருந்த மலைக்குன்றத்தில் போய் அமர்ந்தார். அங்கே கூடியவர்களுக்கு புத்தரின் போதனைகளை எடுத்துச் சொல்ல ஆரம்பித்தார்.

தியானத்துக்காகக் கண்களை மூடச் சொன்னால், பலர் உறக்கத்தில் ஆழ்ந்து போவதைக் கவனித்தார். அந்த மலையில் விளையும் குறிப்பிட்ட செடியின் இலையைக் கொதிக்க வைத்து அதன் சாற்றை அருந்தினால், தூக்கம் விலகும் என்று கண்டுபிடித்தார். அதுதான் இன்றைக்கு உலகமெங்கும் நாம் அருந்திக் கொண்டிருக்கும் தேநீர்.

போதிதர்மாவின் போதனைகள் மேலும் மேலும் மக்களை அவர்பால் ஈர்த்தன. சீனாவில் வெகு வேகமாக புத்தம் பரவியது.

லிஞ்சியிடம் பூசாரி கேட்டது என்ன?
''முதல் வழிபாடு புத்தருக்கா, புத்தரின் கருத்துக்களை சீனாவில் பரப்பிய ஞானி போதிதர்மாவுக்கா?''

எல்லாமே ஒரே மூலசக்தியிலிருந்து உருக்கொள்பவைதான் என்பதால், ஆன்மிக மார்க்கத்தில் உயர்ந்தது, தாழ்ந்தது என்ற ஒப்பீடுகளுக்கு இடமே கிடையாது. வழிபாடு என்பது மற்றவருக்கு மரியாதை செய்வதற்காக அல்ல. உங்கள் உள்தன்மையில் மாற்றத்தை ஏற்படுத்துவதற்காக.

அதே ஆலயத்தில் வாழ்ந்து வந்த போதிலும், புத்தர், போதிதர்மா இருவரையும் தினந்தோறும் வழிபட்டு வந்திருந்தாலும், இந்த சிறு புரிதல் கூட பூசாரிக்கு வரவில்லை.

ஒப்பீடுகளால் திணறிக் கொண்டிருந்த பூசாரியைப் பார்த்தால், புத்தரோ, போதிதர்மாவோ அவரிடம் எந்த மாற்றத்தையும் ஏற்படுத்தவில்லை என்பது தெளிவாகப் புரிகிறது. அதனால்தான், 'அவர்கள் உனக்கு என்ன செய்து கிழித்து விட்டார்கள்?' என்று கேட்டார் லிஞ்சி.

ஆன்மிகப் பாதையில், யாருக்குப் பணிகிறோம் என்பது முக்கியமல்ல. எந்த உணர்வுடன் பணிகிறோம் என்பது தான் முக்கியம். இதை உணர்ந்திருந்தார் லிஞ்சி.

உயர்வு, தாழ்வு என்ற பாரபட்சங்களுக்கு அப்பாற்பட்டு இயங்குபவரிடம் போய், 'யாருக்கு முதன்மை தருவீர்கள்? புத்தருக்கா, போதிதர்மாவுக்கா?' என்று ஒப்பீடு செய்வது போல் கேட்டால், அவர் வேறு எப்படி பதில் சொல்வார்?

பத்தாயிரம் நூல் படித்த அறிவாளி

அன்றைய ஜப்பானில், லிபோ என்று ஒருவன் இருந்தான். வெகு இளமையிலிருந்தே புத்தகங்கள் படிப்பதில் அவனுக்குப் பேரார்வம். எங்கு சென்றாலும், அவன் தேடிச் செல்வது நூலகத்தைத்தான். இந்த விஷயம்தான் என்று குறுக்கிக் கொள்ளாமல், வெவ்வேறு துறைகளைப் பற்றி கிடைத்த விதம் விதமான புத்தகங்களைத் தேடித் தேடி அவன் படித்தான்.

பத்தாயிரம் நூல் படித்த புத்திசாலி என்று அவனுக்கு ஒரு பட்டம்கூட உண்டு. அதில் அவனுக்குப் பெருமையும் கூட. அப்படிப்பட்ட அவன் ஒரு ஜென் குருவைச் சந்தித்தான்.

> வெளியே செல்லும் மனதை நூற்று எண்பது டிகிரிக்குத் திருப்பி உள்ளேயே வைப்பதுதான் ஜென்.

"குருவே, எனக்கு ஒரு சந்தேகம். விமல கீர்த்த நிர்த்தேச சூத்திரம் என்பதில் மேரு மலையைக்கூட ஒரு கடுகுக்குள் அடைத்துவிடலாம் என்று போட்டிருக்கிறதே! இது உளறல் இல்லையா..? இது எப்படி சாத்தியம்..?" என்று பணிந்து கேட்டான்.

"நீ இதுவரை எத்தனை புத்தகங்கள் படித்திருப்பாய்?" என்று கேட்டார் ஜென் குரு.
"பத்தாயிரத்தைத் தாண்டி விட்டது, குரு.."

"இன்னும் எத்தனை புத்தகங்களை உன்னால் படிக்க முடியும்?"

"உடல் தளர்ந்து படுத்து விட்டாலும், என் இறுதி மூச்சு வரைக்கும் படுத்தபடியே படிக்க வேண்டும் என்று எண்ணியிருக்கிறேன், குரு.."

"இப்படிப் படிக்கும் பல்லாயிரக்கணக்கான புத்தகங்களை அடைத்து வைக்கும் அளவுக்கு உன் கபாலத்தில் இடம் இருக்கிறதா..?" என்று ஜென் குரு சிரித்தபடியே கேட்டுவிட்டு நடையைத் தொடர்ந்தார்.

சத்குருவின் விளக்கம்

நம் யோக சூத்திரங்களில்தான் இப்படி பிரபஞ்சத்தையும், கடுகையும் இணைத்து ஒப்பீடுகள் கொடுக்கப்பட்டிருக்கின்றன. இந்தப் பிரபஞ்சத்தையே ஒரு கடுகுக்குள் அடைத்துவிடமுடியும் என்று யோக சாஸ்திரத்தில் எப்போதோ சொல்லப்பட்டுவிட்டது.

பார்ப்பதற்கு கடுகு மிகவும் சிறுத்து காணப்படும். மிக நுட்பமான சிறிய விஷயங்களைக் குறிப்பிடுவதற்கு கடுகை ஓர் உதாரணமாகவும் நாம் குறிப்பிடுவதுண்டு. எல்லையற்ற ஒரு பிரபஞ்சத்தை எப்படி ஒரு கடுகுக்குள் அடைக்க முடியும்..?

பரவெளி, விண்வெளி இவற்றின் விஸ்தீரணம், காலம் இவையெல்லாமே மனித மனத்தால் உருவாக்கப்பட்டவை. தர்க்கரீதியான வாழ்க்கை முறையை அமைத்துக்கொண்டவர்களுக்கு மட்டுமே இதை அளவிட்டுப் பார்க்க முடியும். இன்றைய நவீன விஞ்ஞானத்தில் இட வெளியையும், காலத்தையும் சுருக்கவோ, நீட்டிக்கவோ முடியும் என்று நிரூபிக்கத் தயாராக இருக்கிறார்கள்.

அளவீடுகள் என்பவை பொதுவாகவே மனரீதியானவை.

என்னுடைய வாழ்விலேயே சில முறை இது நேர்ந்திருக்கிறது. நான் கண்களை மூடி அமர்ந்திருப்பேன். 5, 10 நிமிடங்களுக்குப் பிறகு, கண்களைத் திறப்பதாக நினைப்பேன். ஆனால், 2, 3 நாட்களே ஓடியிருக்கும். பல முறை நான் தியானத்தில் ஆழ்ந்து சில நாட்கள் கழித்துக்கூட கண் விழித்திருக்கிறேன். வெளியிலிருந்து பார்ப்பவர்களுக்கு ஏழெட்டு நாட்களுக்கு எப்படி அசையாமல் ஒரே இடத்தில் இவனால் உட்கார்ந்திருக்க முடிகிறது என்று அதிசயமாக இருக்கும். ஆனால், என் அனுபவத்தில் 20, 30 நிமிடங்களே கடந்து போனதாக நான் நினைப்பேன்.

இது உங்கள் வாழ்க்கையிலும் நேர்வதுதான். நீங்கள் மிகவும் ஆனந்தமாக இருக்கும் சூழலில், 24 மணி நேரங்கள், ஒரு நொடியைப் போல கடந்து போய்விடும். நீங்கள் துன்பத்திலோ, சோகமாகவோ இருக்கும்போது, 24 மணி நேரங்களைக் கடப்பது என்பது 24 மாதங்களைக் கடப்பது போல போராட்டமாக இருக்கும்.

இட வெளியும் அப்படித்தான். நாம் ஓய்ந்திருக்கும்போது சிறு தொலைவுகூட நடப்பதற்கு மிகக் கடினமாக இருக்கும். உற்சாகமாக இருக்கும்போது, பெரும் தூரங்களைக்கூட வெகு சுலபமாகக் கடக்க முடியும்.

எனவே காலம் என்பதும், தூரம் என்பதும் நம் மனதோடு தொடர்புள்ள அனுபவங்கள்தாம். தியானத்தின் தீவிரத்தை உணர்ந்து, அதில் முழுமையாக ஈடுபடக்கூடியவர்களுக்கு, காலம், நேரம், இட வெளி எல்லாவற்றையுமே சுருக்கவும், நீட்டவும் முடியும் என்பதைத்தான் ஜென் குரு அவனுக்கு எளிதாக விளக்கியிருக்கிறார்.

நாயிடம் கற்றுக்கொள்

ஒரு ஜென் குரு தனது சீடர்களுடன் நீராட நதிக்குச் சென்றார். நன்றாக நீராடி வெளியில் வந்ததும், சீடர்கள் அவரைச் சூழ்ந்துகொண்டனர்.

"குரு, தன்னிலை உணர நான் என்ன செய்ய வேண்டும்..?" என்று கேட்டான் சீடன்.

"அந்த நாயிடம் கற்றுக்கொள்.." என்று சொல்லிவிட்டு, குரு நடந்தார்.

சீடனுக்குப் பெரும் வருத்தம். தன் கேள்வியை அவர் அலட்சியப்படுத்திவிட்டார் என்று உள்ளுக்குள் ஆதங்கம்.

"குருவே, இந்த நாயிடம் நான் என்ன கற்க முடியும்..?"

> ஒவ்வொரு கணத்தையும் இதுதான் என் கடைசிக் கணம் என்று கருதி ஜென் அதிலேயே முழுமையாக வாழும்.

குரு, சற்று நேரம் எதுவும் சொல்லாமல் நடந்துகொண்டே இருந்தார்.

"அந்த நாயிடம் கற்க எனக்கு விருப்பமில்லை. சொல்லுங்கள் குரு..!" என்று சீடன் அவரைத் துளைத்தான்.

குரு, அடுத்த தெருவில் விளையாடிக்கொண்டிருந்த இன்னொரு நாயைக் காட்டினார்.

"அப்படியானால், இந்த நாயிடம் கற்றுக்கொள்..!"

"நீங்கள் என்னை கேலி செய்கிறீர்கள், குருவே..!.ஒரு நாயிடம் என்ன கற்க முடியும்? அது சாப்பிடுகிறது.. தூங்குகிறது.. இனப்பெருக்கம் செய்கிறது. அதிலிருந்து விடுபட வேண்டும் என்றுதானே உங்களைத் தேடி வந்தேன்.."

"நீயும் சாப்பிடு.. தூங்கு.." என்று சொல்லிவிட்டு, குரு தன் குடிலுக்குள் போய்விட்டார்.

சீடன் திகைத்து நின்றான்.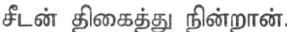

▷▷ சத்குருவின் விளக்கம்

இன்றைக்கு சராசரி மனிதன் என்ன செய்கிறான்..? சாப்பிடுகிறான்.. ஆனால், அதைச் சாப்பிடுவதில் சேர்க்க முடியாது. தூங்குகிறான்.. ஆனால், அதைத் தூக்கத்தில் சேர்க்க முடியாது. ஏன்..?

சாப்பிடும்போது, அவன் முழுமையாக அதில் கவனம் பதிப்பதில்லை. மிகவும் ருசியானதைச் சாப்பிட்டால்கூட, முதல் கவளம் வரைதான் அவனுக்கு அந்த ருசி தெரிந்திருக்கிறது. அதற்குப் பின், மனம் வேறெங்கோ அலைபாய்ந்து கொண்டிருக்க, உணவு அதன்பாட்டுக்கு வாய்க்குள் செலுத்தப்பட்டு, உணவுக் குழாய் மூலமாக வயிற்றைச் சென்று சேர்கிறது.

என்னுடைய அனுபவத்தில் நேர்ந்த ஒரு விஷயத்தை இங்கு பகிர்ந்து கொள்ளலாம்.

இருபது வயதிருக்கும். உண்ண அமர்ந்தேன். ஒரு கவளம் உணவை எடுத்து வாய்க்குள் போட்டேன். திடீரென்று உள்ளே என் உடல் மண்டலமே வெடிப்பது போல் உணர்ந்தேன். இது புத்திபூர்வமாக நான் கவனித்தது அல்ல. அனுபவபூர்வமாக உணர்ந்தது. இத்தனை நேரம் தட்டில் இருந்த ஏதோ ஒன்று எனக்குள் சென்றதும், நானாகவே மாறும் அதிசயத்தை ஆழமாக உணர்ந்த உணர்வு அது.

இது ஏதோ ஒரு சாதாரண விஷயம் அல்ல. ஒவ்வொரு உயிரினத்துக்கும் ஒவ்வொரு கணத்திலும் இது தொடர்ந்து நடந்து வருகிறது. ஒரு கவளம் உணவோ, ஒரு கனியோ, ஒரு காயோ, எதை நீங்கள் உண்டாலும், இதுவரை நீங்களாக இல்லாமல் இருந்த அது, நீங்களாக மாறிப் போகிறது.

காமத்தை விடவும் இது பேரனுபவம் இல்லையா..? யோகா என்பதே இதுதானே..? நீங்கள் அல்லாத ஒன்றுடன் நீங்கள் இயைந்து ஒன்றாவதுதானே யோகா..? இந்த அனுபவத்தை உணர்வதற்காகத்தானே மக்கள் அல்லாடிக் கொண்டிருக்கிறார்கள்..!

நாம் யோகா என்று பேசும்போது, இந்தப் பிரபஞ்சத்துடன் ஒன்றிப்போவதைப் பேசுகிறோம். ஒரு கவள உணவுடன்கூட ஒன்றிப்போக முடியாத உங்களால் இந்த பிரமாண்டத்துடன் எப்படி ஒன்றிப் போக முடியும்..?

இந்த பூமியின் மிகச் சிறிய பகுதியாக இருந்த ஒன்று, உங்களுக்குள் சென்று நீங்களாகவே மாறுகிறதே, இதைவிட பேரதிசயம் வேறென்ன வேண்டும்..?

இன்னொரு அதிசயம் தூக்கம். நீங்கள் ஆழ்ந்து உறங்கும்போது, அங்கே நீங்கள் இல்லை. இந்தப் பிரபஞ்சத்தின் ஒரு சிறு அங்கமாக மாறிப் போகிறீர்கள்.

ஆனால், உண்மையில் உங்கள் அனுபவத்தில் இப்போது என்ன நடக்கிறது..? உங்களில் பெரும்பாலானவர்கள், ஆழ்ந்த உறக்கத்துக்குப் போவதேயில்லை. தூங்குவதாக நினைக்கும் போதுதான் மண்டைக்குள் லட்சக்கணக்கான நடவடிக்கைகள், நடமாட்டங்கள் மேற்கொள்ளப்படுகின்றன.

கனவுகளாகவும், பிதற்றல்களாகவும் இவை வெளிப்படுவதை விஞ்ஞானம் பதிவு செய்கிறது.

சாப்பிடும்போது வீட்டை நினைப்பது, வீட்டில் இருக்கும்போது வேலையை நினைப்பது, வேலையில் இருக்கும்போது, போக்குவரத்தை நினைப்பது, பயணம் செய்யும்போது, இரவைப் பற்றி சிந்திப்பது, தூங்கப் போகும்போது, வேறெதிலோ கவனத்தைச் செலுத்துவது என்றே உங்கள் வாழ்க்கை சுழன்று கொண்டிருக்கிறது.

நம் உயிர் என்பதை முழுமையாக உணர வேண்டும் என்றால், செய்வதை முழு ஈடுபாட்டுடன், நூறு சதவிகித அர்ப்பணிப்புடன் செய்ய வேண்டும். சதா சிந்தனைகளில் சிக்கிப் போனதால், சிந்தனைகளும், உணர்ச்சிகளும்தான் வாழ்க்கை என்று மாறிப்போய்விட்டது. கோபம், ஆத்திரம், மகிழ்ச்சி, திருப்தி, இந்த உணர்ச்சிகளெல்லாம் உங்கள் மனதால் உருவாக்கப்படுபவை. உயிரின் உண்மையான உணர்வுகளே உங்களுக்கு மரத்துப் போய்விட்டன.

பதஞ்சலி, யோகாவைப் பற்றி சொன்ன வாக்கியம் என்ன தெரியுமா..? 'சித்த விருத்தி நிரோதா.' அதாவது, மனதை வைத்துக்கொண்டு, காண்பதை, கேட்பதை, பார்ப்பதை, உணர்வதை, திருகித் திருத்தங்கள் செய்யாமல் இருந்தால் அதுவே யோகா.

ஆதி யோகி என்று நாம் குறிப்பிடும் ஷிவா, மூன்று கண்களைக் கொண்டிருந்தார் என்கிறோம். மூன்றாவது கண் என்பது என்னவோ நெற்றியில் முளைத்த இன்னொரு விழி என்று தவறாக அர்த்தம் செய்துகொள்ளப்பட்டிருக்கிறது.

அப்படியல்ல. இருப்பதை இருக்கும்படியே பார்க்கும் அந்தப் பரிமாணத்தை, அந்தக் கண்கொண்டு பார்க்கிறார் என்பதை விளக்குவதற்காகவே அப்படிச் சொல்லப்பட்டது.

எப்போது ஒன்றைச் செய்யும்போது, அதனுடன் முழுமையாக இருக்கிறீர்களோ, அப்போதுதான் உயிருடன் நீங்கள் தொடர்பு வைத்திருக்கிறீர்கள்.

சாப்பிடும்போது, பிரபஞ்சம் உங்களோடு ஐக்கியம் ஆகிறது. தூங்கும்போது, நீங்கள் பிரபஞ்சத்தோடு ஐக்கியம் ஆகிறீர்கள். இதை நூறு சதவிகித ஈடுபாட்டோடு செய்தால், மேன்மையான நிலைக்குப் போவதற்கான கதவுகள் தாமாகவே திறக்கும்.

இந்தக் கணம் என்பதுதான் வாழ்வின் நிதர்சனமான உண்மை. சென்ற கணம், அடுத்த கணம், என்பவை நம் அனுபவத்தில் இல்லாதவை. கற்பனையானவை. எதைச் செய்கிறீர்களோ, அதைச் செய்கின்ற இந்த ஒரு கணத்தில், அதில் நூறு சதவிகிதம் முழுமையான ஈடுபாட்டோடு இருந்து பாருங்கள்.

படைப்பைப் பற்றியோ, படைத்தவனைப் பற்றியோ, முழுமையாக உணர வேண்டும் என்றால், அது இந்தக் கணத்தில் மட்டுமே சாத்தியம். ஆனால், இந்தக் கணத்தில் பெரும்பாலும் நீங்கள் வேறேதோ பிரமையில் சிக்கிப் போகிறீர்கள்.

இந்தப் பிரபஞ்சத்தை மாயை என்று குறிப்பிடுவது, ஒரு தத்துவமாக அதனுடைய குணத்தைச் சொல்வதற்காக அல்ல. அதை நீங்கள் பார்க்கும் விதத்தைக் குறிப்பிடுவதற்காகவே சொல்லப்பட்டது.

இருப்பதை இருக்கும் விதத்திலேயே பார்க்க முடியாமல், அதை இப்படியும், அப்படியுமாக மாற்றி உங்கள் மனது ஒரு மாயையை ஏற்படுத்திவிடுகிறது. உங்களுடைய பிரபஞ்சத்தை நீங்கள் உணரும் அந்த அனுபவம் உங்களைப் பொறுத்தவரை ஒரு பிரமையாக, ஒரு மாயையாகத்தான் இருக்கிறது.

'நாயைப் போல் இரு..' என்று சொன்னால், உண்ணும்போது முழுமையாக, அதிலேயே ஒவ்வொரு கவளத்தையும், ஒவ்வொரு துளியையும் ரசித்து, அது உள்ளே போய் என்ன ஆகிறது என்ற உணர்வுடன் உண்ணுங்கள்..! உறங்கும்போது, இந்த உலகத்தையே நீங்கள் சுமப்பதாக நினைத்துக்கொள்ளாமல், சுமைகளை இறக்கி வைத்துவிட்டு, முழுமையாக உறங்கச் செல்லுங்கள்..!

இதைத்தான் அந்த ஜென் குரு, சீடனுக்குச் சொன்னார்.

இவை மூங்கில்கள்!

புத்தரின் வாழ்க்கையைப் பற்றி மற்றவரிடமிருந்து கேட்டுத் தெரிந்துகொண்ட ஒருவனுக்கு அவரைப் போன்ற உயர்ந்த நிலையை அடைய வேண்டும் என்ற பேரவா தோன்றியது.

எத்தனையோ குருமார்களைச் சந்தித்து, இது பற்றி விசாரித்தான். அவர்கள் கொடுத்த விளக்கங்கள் அவனுக்குப் போதுமானதாக இல்லை.

அவனுடைய தவிப்பைப் பார்த்து, "அந்த மலை உச்சியில் புத்தரைப் பற்றி முழுமையாக உணர்ந்த ஒரு குரு வாழ்கிறார். அவரிடம் சென்று உன் சந்தேகத்தைக் கேள்.." என்று யாரோ சொன்னார்கள்.

கடினமான மலைப்பாதையில் பயணம் செய்து, இறுதியில் உச்சியில் இருந்த குருவின் குடிலுக்குச்

"ஜென் மட்டுமே கடவுளைத் தனக்குள்ளேயே தேட வழி வகுக்கிறது. அதுதான் உண்மையான வழி. நேரான வழி."

சென்றான். அங்கு ஏற்கெனவே, பல சீடர்கள் இருப்பதைக் கவனித்தான். அவர்களுடன் குரு பேசிக்கொண்டிருந்தார். இவனைப் பார்த்ததும், அருகில் அழைத்தார்.

"என்ன வேண்டும்..?"
"புத்தரின் போதனைகளைப் புரிந்துகொள்ள அலைந்து கொண்டிருக்கிறேன். எத்தனையோ ஆசான்களைச் சந்தித்தேன். யாரும் முழுமையாக என் சந்தேகத்தைத் தீர்க்கவில்லை. அவர்களைவிட நீங்கள் சிறப்பாக சொல்வீர்கள் என்று கேள்விப்பட்டு இங்கே வந்தேன்."
"அப்படியா..? உட்கார்.. இவர்களெல்லாம் போன பிறகு சொல்கிறேன்.." என்றார் ஜென் குரு.

வந்தவனுக்கு மனம் நிறைந்துபோனது. இத்தனை சீடர்கள் இவரைச் சூழ்ந்திருக்கிறார்கள் என்றாலே மற்ற குருமார்களைவிட இவர் சிறப்பானவர் என்றுதானே அர்த்தம்..?

ஒவ்வொரு சீடரிடமும் ஏதோ பேசி அனுப்பிவிட்டு குரு இறுதியில் இவனிடம் வந்தார். "என்னுடன் வா..!" என்றார். மலைச்சரிவில் அவனைச் சற்று தூரம் அழைத்துச் சென்றார். குறிப்பிட்ட இடம் வந்ததும், எதிரில் வளர்ந்திருந்த தாவரத்தைக் காட்டினார். "இது என்ன..?" என்றார்.
"மூங்கில் மரம்.."

அருகருகே இருந்த மூங்கில்களைக் காட்டினார். "இதைப் பார்த்ததும், உனக்கு என்ன தோன்றுகிறது..?" என்றார்.
"இந்த மூங்கில் உயரமாய் இருக்கிறது. அந்த மூங்கில் இன்னும் வளராமல் குட்டையாக இருக்கிறது.." என்றான் அவன்.

"இவை மூங்கில்கள்.." என்று சொல்லிவிட்டு, குரு திரும்பி நடந்தார்.

சத்குருவின் விளக்கம்

நீங்கள் ஆறடி உயரம் என்று வைத்துக்கொள்வோம். ஐந்தரை அடிக்கு மேல் உயராதவர்கள் மத்தியில் இருக்கும்போது, உயரமானவர் என்ற எண்ணம் உங்களுக்குள் எழும். உயரமானவர் போலவே நடப்பீர்கள். உயரமானவர் போலவே உட்காருவீர்கள். உயரமானவர் போலவே ஓடுவீர்கள்.

திடீரென்று உங்களை நாடு கடத்திப் போய் வேறொரு சமூகத்தில் விடலாம். அங்கே, குறைந்தபட்ச உயரமே எட்டடியாக இருந்தால், அந்தச் சமூகத்தில் திடீரென்று நீங்கள் குள்ளமானவராக உணர்வீர்கள். குள்ளமானவர் போலவே நடப்பீர்கள். குள்ளமானவராக உணர்ந்தே அமர்வீர்கள்.

புலன் உணர்வு மூலம் மனிதன் ஏற்படுத்திக்கொள்ளும் தீர்மானங்கள் பெரும்பாலும் ஒன்றுடன் ஒன்றை ஒப்பிட்டுப் பார்த்தே அமைகின்றன. உண்மையில் அது உண்மையை அப்படியே ஏற்காமல் உங்கள் தீர்மானத்தை அதன் மீது திணிப்பதாக இருக்கிறது. அன்றாட வாழ்வை நடத்துவதற்கு மட்டுமே ஒப்பிட்டுப் பார்ப்பது தேவைப்படுகிறது. ஆறடியாக இருந்தாலும், எட்டடியாக இருந்தாலும் நீங்கள், நீங்கள்தானே..?

ஒன்றைத் தொட்டுப் பார்த்து, அது குளுமையாக இருக்கிறது என்றால், அதைத் தொட்டுப் பார்ப்பவரின் உடல் அதைவிட அதிக உஷ்ணத்துடன் இருக்கிறது என்பதுதானே உண்மை..?

இப்படி ஒப்பிட்டுப் பார்ப்பது என்பது உண்மையாக உணர்வது ஆகாது. வாழ்க்கையை, உயிரை, அதன் உண்மையான பரிமாணத்தைப் புரிந்துகொள்ள வேண்டும் என்றால், இது உயர்வு, இது தாழ்வு, இது உயரம், இது குள்ளம், இது அழகு, இது குரூரம், என்று ஒப்பிட்டு, தீர்மானங்களுக்கு வருவதை விட்டொழிக்க வேண்டும்.

புத்தரின் போதனைகளாக இருந்தாலும், யோகாவின் அடிப்படைகளாக இருந்தாலும், வாழ்க்கையை அது எப்படி இருக்கிறதோ, அதை அப்படியே உணர்வதுதான். மற்றதுடன் ஒப்பிட்டுப் பார்ப்பது அல்ல.

இது நடக்க வேண்டுமானால், புலன்களால் உணர்ந்து பதிந்துகொள்வதைத் தாண்டி நீங்கள் பயணம் செய்ய வேண்டும். ஏனென்றால், மனிதனின் புலன்கள் ஒப்பிட்டுப் பார்த்து உணரும் அளவே உருவாக்கப்பட்டிருக்கின்றன. நீங்கள் ஒரு யானையாக இருக்கும்போது, சிங்கம், சிறு மிருகமாகத் தெரியும். நீங்கள் எலியாக இருக்கும்போது, அதே சிங்கம் பெரிய மிருகமாகத் தோன்றும். எறும்புக்கு அந்த எலியே பெரிய மிருகமாகத் தோன்றும்.

நீங்கள் யார் என்பது இந்தப் பிரபஞ்சத்தில் அவசியமற்றது. வாழ்க்கையை உள்ளது உள்ளபடி பார்ப்பது சாத்தியமான போதுதான், ஒரு சித்தார்த்தன் புத்தனாக மாறினான். ஏனென்றால், எதனுடனும் ஒப்பிட்டுப் பார்த்து உணர்ந்துகொள்வதல்ல உண்மை.

இதைத்தான் ஜென் குரு அவனிடம் குறிப்பிடுகிறார்.

இப்போது இங்கே நான் இருக்கிறேன்

ஒரு ஜென் மடம். ஜென் குரு சுள்ளிகளைப் பொறுக்கி வந்து அடுப்பு மூட்டி தேநீர் தயாரித்துக்கொண்டிருந்தார். "யாருக்காகத் தயாரிக்கிறீர்கள்..?" என்று கேட்டான் ஒரு சீடன். "அதோ அங்கே சோம்பலாக உட்கார்ந்திருக்கிறானே, அவனுக்காகத்தான்.."

மடத்தில் மற்ற மாணாக்கர்கள் சுறுசுறுப்பாக இருந்தாலும், ஒரு குறிப்பிட்ட சீடன் மட்டும் எப்போதும் வேலைகளைத் தவிர்த்துக்கொண்டு சோம்பலாகவே உட்கார்ந்திருப்பான்.

"பற்றற்றிருப்பது என்பது உடமைகளைக் குறித்தது அல்ல. எண்ணங்களைக் குறித்தது"

-ஜென்.

"அவனுக்கு நீங்கள் எதற்கு தயாரித்துத் தரவேண்டும்..? வளர்ந்துவிட்டான். அவனே தனக்குத் தேவையான டீயைத் தயாரித்துக்கொள்ளட்டுமே..!" என்றான் சீடன்.

குரு புன்னகைத்தார். "இப்போது இங்கே நான் இருக்கிறேன்.." என்றார்.

 சத்குருவின் விளக்கம்

வாழ்க்கையின் மிக முக்கியமான படிப்பினை என்ன..? உன்னால் செய்ய முடிந்ததை நீ செய். இந்த உலகத்தையே உன்னுடையதாக நீ வரித்துக்கொண்டுவிட்டால், அதன்பின் எல்லாமே உன்னுடையதுதானே..? 'இதை நான் செய்ய வேண்டும். இதை நான் செய்யக்கூடாது..' என்று பாகுபடுத்திப் பார்ப்பதைவிட, 'இதை என்னால் செய்ய முடியும். இதை என்னால் செய்ய முடியாது..' என்று பாகுபடுத்திப் பார்ப்பது எவ்வளவோ மேல்.

'இது என் குடும்பம். இது என் மனைவி. இது என் தாய். இது என் வீடு. இது என் தெரு..' என்று எதனுடனாவது உங்களை அடையாளப்படுத்திக்கொள்ளும்போது, 'இதைச் செய்வேன், இதைச் செய்ய மாட்டேன்' என்ற தீர்மானங்களுக்கு வருகிறீர்கள்.

'என் குழந்தைக்கு அடிபட்டால் நான் ஓடிப்போய் காப்பாற்ற வேண்டும். வேறெந்தக் குழந்தைக்கோ அடிபட்டால், நான் எதற்குப் போக வேண்டும்..?' என்று நினைக்க ஆரம்பிப்பீர்கள்.

யாரும் இந்த உலகில் உங்களுக்குச் சொந்தமில்லை. நீங்கள் இந்த உலகில் வந்தது போலவே, அவர்களும் வந்து சேர்ந்தார்கள். அவ்வளவுதான்.

திருமணமானால், 'இவள் என் மனைவி!' என்கிறீர்கள். விவாகரத்து ஆனால், 'இவள் என் மனைவி அல்ல!' என்கிறீர்கள். இரண்டுமே நீங்களாக பூட்டிக்கொண்ட உறவுமுறைதான்.

திருமணம் ஆகி, இவள் என்னுடையவள் என்று சொந்தம் கொண்டாடத் துவங்கியதும், அதற்கேற்றாற்போல், உணர்வுகள், உணர்ச்சிகள், பாசம்

எல்லாம் பிறக்கின்றன. எப்போது நிராகரிக்கிறீர்களோ, அப்போதே அந்த உணர்வுகள் மாறி, எரிச்சல், கோபம், வெறுப்பு என்ற உணர்வுகள் பிறக்கின்றன.

இப்படி எதையாவது சொந்தம் கொண்டாடும்போது, அதனுடன் சேர்ந்து உணர்வுகள் பிறப்பது மிகவும் பாரபட்சமான செயலாக மாறிவிடும். உங்களுடைய முழுமையான திறமையை ஒருபோதும் அது வெளிக்கொணராது.

உங்கள் உயிரின் முழுவீச்சையும் நீங்கள் உணர வேண்டும் என்றால், முதலில் எதையும், 'இது என்னுடையது, இது என்னுடையதில்லை' என்று சுருக்கிக்கொள்ளாதீர்கள். வாழ்க்கை படுமோசமாக மாறிவிடும்.

ராஜுவும், மாலதியும் காதலர்கள். ஆனால், வெவ்வேறு ஜாதிகளைச் சேர்ந்தவர்கள் என்பதால் அவர்கள் திருமணம் செய்துகொள்வதற்கு

அவர்களுடைய குடும்பங்களோ, அவர்களைச் சேர்ந்த இனமோ ஒப்புக்கொள்ளத் தயாராக இல்லை.

"சேர்ந்து வாழ முடியாதபோது, எதற்காக இந்த வாழ்க்கை..? நாம் சேர்ந்து தற்கொலை செய்துகொள்வோம் வா..!" என்று ராஜூ சொன்னான்.

இருவருமாக மலை உச்சிக்குப் போய்ச் சேர்ந்தார்கள். கைகளைக் கோத்துக்கொண்டார்கள். குதிக்க இருந்த கடைசித் தருணத்தில், அந்தப் பெண், "ராஜூ, எனக்கு பயமாக இருக்கிறது. முதலில் நீ குதி..! அதைப் பார்த்து நான் தைரியம் பெறுகிறேன்!" என்று கூறினாள்.

ராஜூ, "ஐ லவ் யூ மாலதி..!" என்றான். சட்டென்று விளிம்பிலிருந்து குதித்துவிட்டான்.

யாரும் எட்ட முடியாத பள்ளத்தில் போய் ராஜூ விழுந்ததை மாலதி பார்த்தாள். அவளும் குதிப்பதற்காகத் தயாரானாள். கடைசித் தருணத்தில், 'இப்போது ராஜூவே இல்லை. ராஜூ இல்லை என்றால், என் காதல் இல்லை. காதல் இல்லை என்றால், ஜாதிப் பிரச்சினை இல்லை. குடும்பப் பிரச்சினை இல்லை. சமூகப் பிரச்சினை இல்லை.. பிரச்சினையே இல்லாதபோது, நான் எதற்கு என் உயிரை விடவேண்டும்..?' என்று அவளுக்குத் தோன்றியது.

கீழே பள்ளத்தைப் பார்த்து, "ராஜூ, ஐ லவ் யூ..!" என்று ஒருமுறை கத்தி விட்டு, வீட்டைப் பார்த்துத் திரும்பி நடந்தாள்.

என்னுடையது, என்னுடையவன் என்று நினைக்கும்போது அதை ஒட்டிய செயல்கள் இப்படித்தான் இருக்கும்.

ஆன்மிகப் பாதையில் பயணம் செய்பவர்கள், அவ்வாறு குறுக்கிக் கொள்வதில்லை. 'இவனுக்குச் செய்வேன், இவனுக்குச் செய்ய மாட்டேன்' என்று சொல்வதில்லை. 'என்னால் இந்தத் தருணத்தில் இதைச் செய்ய முடியும். இதைச் செய்வதற்கு வாய்ப்பிருக்கிறது என்றால், அதைச் செய்வேன்.' என்றுதான் முடிவெடுத்துச் செயல்படுவார்கள்.

இதைத்தான் ஜென் குரு அவரிடம் குறிப்பிடுகிறார்.

# ஞானம் அடையச் சிரி

ஒரு ஜென் மடம். குருவிடம் கற்க வந்த பல மாணாக்கர்களில் புதிதாகச் சேர்ந்த மாணவன் எப்போதுமே சுறுசுறுப்பாக இருப்பான். வேலைகளை இழுத்துப் போட்டுக்கொண்டு செய்வான். குரு அழைத்தால், மற்றவர்களை முந்திக்கொண்டு போய் நிற்பான். அவர் இட்ட வேலையை உடனடியாகச் செய்து முடிப்பான். எல்லோரும் உறங்கியபின்தான் உறங்கச் செல்வான். காலையில் முதல் மனிதனாக எழுந்து வேலைகளைத் துவங்குவான்.

அவனை கவனித்துக்கொண்டிருந்த குரு, அருகில் அழைத்தார்.

"இதற்கு முன்னால் நீ எங்கிருந்தாய்..?" என்று கேட்டார்.

"சாலிங் கியூவிடம் பயின்றேன்.." என்றான் அவன்.

"ஓ..! சாலிங் க்யூ..! அவரைப் பற்றிக் கேள்விப்பட்டிருக்கிறேன்.. ஒரு பாலத்தில் நடக்கும்போது, கால் வழுக்கி தண்ணீரில் விழுந்தாரே, அவர்தானே..?"

"ஆமாம் குரு.."

"அந்த நிமிடமே அவர் ஞானம் வென்றார் என்று உனக்குத் தெரியுமா..?"

"மனிதனைத் தவிர மற்ற அனைத்துக்கும் ஜென் தெரியும். ஏனெனில் மற்ற அனைத்துக்கும் மனம் இல்லை.

"தெரியாது.. ஆனால், அவர் அதைப் பற்றி ஒரு கவிதை எழுதியிருக்கிறார்.."
"அந்தக் கவிதை உனக்கு ஞாபகம் இருக்கிறதா..?"
"இருக்கிறது குரு.."
"எங்கே சொல்..!"
"எனக்கு ஒரு முத்து கிடைத்திருக்கிறது.
வெகு காலமாகக் குப்பையும், அழுக்கும் அதன் பிரகாசத்தை மூடியிருந்தன. இன்று தூசு பறந்துவிட்டது. குப்பை அகன்றுவிட்டது. பிரகாசம் பிறந்துவிட்டது. அந்த ஒளியில் நதிகளும், மலைகளும் வெளிச்சமிடப்பட்டுவிட்டன..!"
கவிதையை அவன் சொல்லி முடித்ததும், குரு வாய்விட்டுப் பெரிதாக சிரித்தார்.

மாணாக்கன் குழம்பினான். இந்தக் கவிதையில் என்ன வேடிக்கை இருக்கிறது..? எதற்காக குரு சிரித்தார்..? என்று யோசித்து, யோசித்துப் பார்த்தான். விடை கிடைக்கவில்லை. அன்றிரவு அவனுக்குத் தூக்கமே கெட்டுப் போயிற்று. மறுநாள் காலையில் எழுந்ததும், குருவை நாடி வந்தான்.

"குருவே, நேற்று நான் அந்தக் கவிதையைச் சொன்னதும், எதற்காக அப்படி பொங்கிச் சிரித்தீர்கள்..?"
"நீ ஒரு கோமாளியைவிட மோசமானவன்.."
என்றார் குரு.
"என்ன..?"
"ஆமாம்.. கோமாளிகள் மற்றவர்களைச் சிரிக்க வைப்பவர்கள். ஆனால், நீயோ மற்றவர்கள் சிரித்தால், அச்சம் கொள்கிறாய்.." என்று சொல்லிவிட்டு, மீண்டும் அவர் வாய்விட்டு சிரிக்க ஆரம்பித்தார்.

குருவின் அந்தச் சிரிப்பு அந்த மாணாக்கனுக்கு ஞானம் வழங்கியது.

▶▶ சத்குருவின் விளக்கம்

ஜென்னுக்கும், சிரிப்புக்கும் ஆழமான தொடர்பு உண்டு.

பெரும்பாலான ஜென் குருமார்கள் வாய்விட்டுச் சிரிப்பவர்கள். ஜென் மட்டும் என்றல்ல. ஒரு குறிப்பிட்ட மேல்நிலையை அடைந்தவர்கள் யாராக இருந்தாலும், அவர்கள் சிரிப்பதற்குக் காரணத்துக்காகக் காத்திருப்பதில்லை. நல்ல செய்தியோ, கெட்ட செய்தியோ அவர்களால் வாய்விட்டுச் சிரிக்க முடியும்.

என்னுடைய இளமைக் காலத்தில் திடீரென்று எனக்குள் ஞானம் வெடித்து, தன்னிலை உணர்ந்தபோது, சுற்றிலும் உள்ளவர்களைப் பார்ப்பேன்.

'ஒவ்வொரு கணத்திலும் வெகு ஆனந்தமாக இருக்கக்கூடிய இவர்கள், எதற்காகத் தங்கள் வாழ்க்கையை இவ்வளவு குழப்பிக்கொண்டிருக்கிறார்கள்..?' என்று எண்ணும்போதெல்லாம் என் கண்களில் கண்ணீர் பெருக்கெடுத்து ஓடும்.

யாரைப் பார்த்தாலும் கண்ணீர் பொழிந்துகொண்டிருந்த அனுபவத்திலிருந்து விரைவிலேயே விடுபட்டேன். அறியாமையைப் பார்க்கும்போது, அழுவதற்கு பதிலாகச் சிரித்தால் இன்னும் ஆனந்தமாக இருந்தது. அழுதுகொண்டே இருப்பதில் அர்த்தமும் இல்லை. அறியாமையுடன் ஆனந்தத்தைத் தொடர்பு படுத்திப் பார்க்கும் புத்திசாலித்தனம் வந்துவிட்டால், பிரச்சினையே இல்லை.

இந்த உலகில் வறுமையைவிட, நோயைவிட, மற்ற எந்தக் குறைபாடையும்விட அதிகமாகப் பரவியிருப்பது அறியாமைதான். அந்த அறியாமையைப் பார்த்து உங்களால் சிரிக்க முடியவில்லை என்றால், சிரிப்பதற்கு வேறு என்ன வாய்ப்பிருக்கிறது..?

ஒரு முறை, அமெரிக்காவில் மலைப் பகுதியில் பயணம் செய்துகொண்டிருந்தேன். மழை பொழிந்துகொண்டிருந்தது. பொதுவாகவே நான் வேகமாகக் காரை ஓட்டுவேன். ஈஷாவைச் சேர்ந்த தன்னார்வத் தொண்டர்கள் சிலர் என்னுடன் வெவ்வேறு கார்களில் பயணம் செய்துகொண்டிருந்தார்கள்.

எனக்குப் பின்னால் இருந்த காரில் மூன்று அமெரிக்கப் பெண்மணிகளுடன் ஒரு ஈஷா தொண்டரும் இருந்தார். அவர்களும் என் வேகத்திலேயே காரை ஓட்டி வர முனைந்தார்கள்.

"என்னுடைய வேகத்துக்கு ஈடு கொடுக்க முயற்சி செய்ய வேண்டாம்" என்று எச்சரித்தேன்.
"இல்லை.. இந்தப் பாதை எங்களுக்கும் பழக்கமானது" என்று சொல்லிவிட்டு, அதே வேகத்தில் வந்தார்கள்.

மலைப் பாதை ஓரிடத்தில் வளைந்து திரும்பியது. நான் வந்த அதே வேகத்தில் திரும்பிச் சென்றுவிட்டேன். பின்னால் வந்த கார், அந்தத் திருப்பத்தை சமாளிக்க முடியாமல் புரண்டு அங்கிருந்த ஒற்றை மரத்தின் மீது வெகுவேகமாக மோதியது. மோதிய வேகத்தில் மரத்தையே சற்று வளைத்து, ஒரு மிருகம் ஏறுவது போல் மரத்தின் மீது பாதி தூரம் ஏறி, அந்தரத்தில் பாதியும், பாதையில் பாதியுமாக கார் நின்றது. சற்று தவறுதலாக மோதியிருந்தாலும், நானூறு அடி பள்ளத்தில் கார் விழுந்திருக்கும்.

கார் மோதிய கணத்திலிருந்து இதையெல்லாம் ரியர்வியூ கண்ணாடியில் பார்த்துவிட்டு, நானும், காரைக் கொஞ்சம் பின்னால் கொண்டு வந்து நிறுத்தி, இறங்கி, அவர்களுடைய நிலையைப் பார்த்தேன்.

உள்ளேயிருந்த பெண்மணிகள் பெருங்கூச்சலிட்டு அலறிக்கொண்டிருந்தார்கள்.

விளிம்பில் தொங்கிக்கொண்டிருந்த அந்தக் காரிலிருந்து ஒவ்வொருவராக பத்திரமாக இறங்கினார்கள்.

அப்பேர்ப்பட்ட விபத்தில் அவர்கள் அனைவரும் இறந்தே போயிருக்கலாம். ஆனால், மீண்டுவிட்டார்கள். மீண்டுவிட்டாலும், பயத்திலிருந்தும், பரபரப்பிலிருந்தும் அவர்களால் மீள முடியவில்லை. அதனால் அமெரிக்கப் பெண்மணிகள் 'ஊ.. ஊ.' என்று இன்னும் பயத்தில் அலறி அழ ஆரம்பித்தார்கள்.

ஆனால், ஈஷாவைச் சேர்ந்த பெண்ணோ வெளியில் வந்ததும், மாபெரும் ஒலியுடன் சிரிக்க ஆரம்பித்தாள். அங்கே சென்று சேர்ந்ததும், தாங்க முடியாமல் நானும் சிரிக்க ஆரம்பித்தேன்.

அமெரிக்கப் பெண்மணிகளுக்கோ கோபம் அதிகமானது. 'தவித்துக்கொண்டிருக்கிறோம், எப்படி இவ்வளவு பொறுப்பில்லாமல் இருக்கிறீர்கள்..?' என்று அவர்கள் மேலும் அலறினார்கள்.

நான் சிரித்துக்கொண்டே, "ஒருவேளை நீங்கள் எல்லோரும் இறந்திருந்தால், இப்படி உடனடியாகச் சிரித்திருக்க மாட்டேன். கொஞ்சம் நேரமாவது இடைவெளிவிட்டு சிரித்திருப்பேன்.." என்றேன்.

வாழ்க்கையின் எந்தக் கட்டத்திலும், எந்தச் சூழ்நிலையிலும் வருவதை எப்படி எதிர்கொள்கிறீர்கள் என்பது நீங்கள் எவ்வளவு அறியாமையில் இருக்கிறீர்கள் என்பதைப் பொறுத்து இருக்கிறது.

நீங்கள் எங்கிருந்து வந்தீர்கள்..? எங்கே போகப் போகிறீர்கள்..? எதுவும் உங்களுக்குத் தெரியாது. ஆனால், இருக்கும் இருப்பைப் பற்றி நீங்களாகவே கற்பனை செய்து ஏதோ ஒன்றை உருவாக்கிக்கொண்டு சிக்கிப்போகிறீர்கள். இருக்கப்போவது சொற்ப நேரம். அதை எதற்கு முட்டாள்தனமாகச் சிக்கலாக்கிக்கொள்ள வேண்டும்..?

சிரிப்பைத் தொலைப்பதற்கு ஆயிரம் காரணங்கள் சொல்லலாம். அப்பாவைத் தொலைத்தேன்.., அம்மாவைத் தொலைத்தேன்.., மனைவியைத் தொலைத்தேன்.., கணவனைத் தொலைத்தேன்.., குழந்தையைத் தொலைத்தேன்.. என்று என்ன காரணம் சொன்னாலும், சிரிப்பைத் தொலைக்க வேண்டிய அவசியமே இல்லை.

சிரிப்பைத் தொலைத்தார்கள் என்றால், அதற்கு ஒரே காரணம், அவர்கள் அறியாமையின் உச்சத்தில் இருக்கிறார்கள் என்பதுதான். வாழ்க்கையைப் பற்றிய உண்மையான உணர்வை அவர்கள் தொலைத்துவிட்டார்கள் என்பதுதான் காரணம்.

ஓர் பேரனுபவ நிலையை எட்டிவிட்டால், சிரிப்பு மட்டுமே மிச்சமிருக்கும். ஆலய மணியின் ஓசையைக் கேட்டீர்கள் என்றால், அது உரக்கச் சிரிப்பதற்கு மிக நெருக்கத்தில் இருக்கும் ஓர் ஒலி. சிரிப்பைத் தொலைத்தவன், எல்லாவற்றையும் தொலைத்தவன்.

இதைத்தான் ஜென் குரு தன் மாணாக்கனுக்கு தன் செயல் மூலம் விளக்கினார்.

தேக சுக தேசம்

உலகின் பல்வேறு பகுதிகளுக்குச் சென்று வந்த ஒரு ஜென் குரு இருந்தார். அவரிடம் புதிதாக ஒரு சீடன் சேர்ந்தான். ஒருநாள் அவருடன் வெளியில் சென்றிருந்தபோது, திடீரென்று மழை பிடித்துக்கொண்டது.

> ஜென் என்றால் உண்ணும் போது உண்பது, குளிக்கும் போது குளிப்பது, உறங்கும் போது உறங்குவது!

சீடன் அவசரமாக ஒரு பெரிய இலையை வாழை மரத்திலிருந்து பிரித்து அதைத் தலைக்கு மேலாகப் பிடித்துக்கொண்டான். குருவிடம் அவன் கேட்டான்: "உலகின் எத்தனையோ பகுதிகளுக்குச் சென்று வந்திருக்கிறீர்களே, கோடை காலத்துக்கு உகந்த இடம் எது..? மழைக்காலத்துக்கு உகந்த தேசம் எது..? குளிர்காலத்துக்கு எங்கே சென்றால் நிம்மதியாக இருக்கும்..?"

குரு மழையில் நடந்தவாறு, "உண்மையிலேயே சுகமாக இருக்க வேண்டும் என்றால், கோடையோ, மழையோ, குளிரோ இல்லாத தேசத்துக்கு நீ செல்லலாமே..!" என்று சொன்னார்.
"நீங்கள் அங்கு சென்றிருக்கிறீர்களா..?"
"ம்..!"
"அது எங்கே இருக்கிறது என்று எனக்குச் சொல்வீர்களா..?"
"கண்டுபிடித்துப் போ..!" என்று சொல்லிவிட்டு, குரு நிற்காமல் நடந்தார்.

சத்குருவின் விளக்கம்

ஒரு ஆசிரியை மாணாக்கர்களுக்கு உடலில் ரத்த ஓட்டம் பற்றி வெகு உற்சாகமாக சொல்லிக்கொடுத்துக்கொண்டிருந்தார். அப்போது, மாணாக்கர்களையும் தன்னுடைய பாடத்தில் இணைத்துக்கொள்ள வேண்டும் என்று கருதி, ஒரு மாணாக்கனை எழுப்பினார்.

"நான் இப்போது தலைகீழாக நின்றால், ரத்தம் கீழ்நோக்கிப் பாயும். என் முகம் முழுவதும் சிகப்பாகிவிடுவதை உன்னால் பார்க்க முடியும். ஆனால், நான் கால்களால் நிற்கும்போது, என் கால்கள் சிகப்பாவதில்லை. ஏன் என்று சொல்..!"

மாணவன், கண்ணிமைக்கும் நேரம்கூட எடுத்துக்கொள்ளாமல் பதில் சொன்னான்: "ஏனென்றால், உங்கள் பாதங்கள் வெற்றிடமாக இல்லை..!"

இந்தப் பள்ளி மாணவன் மனித உடலைப் பற்றி அறிந்து கொண்டிருக்கும் அளவுக்குத்தான் குருவைக் கேள்வி கேட்ட சீடனும் வாழ்க்கையைப் பற்றிப் புரிந்து கொண்டிருக்கிறான்.

கோடை காலத்தில் எது வசதியான தேசம்..? எங்கே குளிர் இருக்கிறதோ, அது வசதியான தேசமாகத் தோன்றும். குளிர் காலத்தில் எங்கே சூரியன் அதிகமாக வெளியில் வருகிறானோ, அந்த தேசம், விடுமுறைக்கு ஏற்ற பகுதியாகத் தோன்றும். இதைத்தான் சீடனுடைய மனநிலையில் பார்க்க முடிகிறது. ஆனால், குரு அவனுக்கு, 'இது அல்ல உன் வாழ்க்கை..' என்று நினைவுபடுத்துகிறார்.

'உன்னுடைய வாழ்க்கை கோடையோ, குளிரோ, மழையோ இல்லாத பிரதேசத்துக்குப் போவதுதான்..' என்கிறார். அவர் குறிப்பிடும் பயணம், இந்த உலக வரைபடத்தில் இருக்கும் ஏதோ ஒரு கண்காணாத தேசம் அல்ல.

'உன்னுடைய பயணம் உடல்ரீதியான எல்லைகளைத் தாண்டிச் செல்ல வேண்டும்..' என்பதைத்தான் அவர் சுட்டிக்காட்டுகிறார். உடல்ரீதியான உணர்வுகளைத் தாண்டிச் செல்லும்போது, அங்கே, ஏது கோடை..? ஏது குளிர்..? உங்களுடைய ஆழ்ந்த உள்நிலையை குளிரோ, காற்றோ தொட முடியுமா..?

உங்கள் சருமத்தின் மேற்பரப்பை மட்டுமே குளிரும், வெப்பமும் தாக்க முடியும். 'விடுமுறையை உல்லாசமாகக் கழிக்க எந்த தேசம் போவது என்று தேடிக்கொண்டிருப்பதை விடு..! ஏனென்றால், அங்கெல்லாம் சென்றால், புற உடலுக்குத்தான் வசதி, வசதியின்மை எல்லாம்! உள்நிலையில் இப்போது இருக்கும் இடத்திலேயே வெளிச்சூழ்நிலைகள் உன்னை எந்த விதத்திலும் பாதிக்காத விதத்தில் உன்னை மாற்றிக்கொள்ள முடியும்.'

இதைத்தான் குரு சுட்டிக் காட்டுகிறார்.

புத்தர் காப்பாற்றுவாரா?

ஜென் மடத்தில் குருவைச் சுற்றி சீடர்கள் கூடியிருந்தனர். ''நான் சொல்லும் கதையைக் கவனமாகக் கேளுங்கள்'' என்று குரு சொல்லலானார்:

"ஒருமுறை புத்தர் கண்மூடி அமர்ந்திருந்த போது, 'காப்பாற்றுங்கள், காப்பாற்றுங்கள்' என்று பெரும் கூக்குரல் ஒன்றைக் கேட்டார். அது நரகத்தில் பாழுங்கிணற்றில் விழுந்து தத்தளிப்பவனின் குரல் என்று உணர்ந்தார். வாழ்ந்த காலத்தில் அவன் கொலை, கொள்ளை என்று பல குற்றங்களைப் புரிந்தவன் என்பதால் இந்த தண்டனை அவனுக்குக் கிடைத்திருக்கிறது என்பதை அவர் புரிந்துகொண்டார். அவன் மீது கருணை கொண்டு உதவ விரும்பினார்.

அவன் வாழ்நாளில் ஏதாவது ஒரு நற்செயல் செய்திருக்க மாட்டானா என்று கவனித்தார். ஒரு முறை சிலந்தி ஒன்றை மிதிக்காமல் அவன் கவனமாகத் தாண்டிச் சென்றிருந்தான்.

புத்தர் அந்தச் சிலந்தியை அவனுக்கு உதவச் சொன்னார்.

தான் வலைபின்னும் உறுதியான இழையைச் சிலந்தி நீளமாக அந்தக் கிணற்றுள் இறக்கியது.

ஜென் என்றால் உங்களை நீங்களே அறிந்து கொள்வது.

அந்த இழையைப் பற்றிக்கொண்டு அவன் மேலேற ஆரம்பித்தான். அவனோடு தண்டனை அனுபவித்துக் கொண்டிருந்த வேறு சிலரும் அதே இழையைப் பிடித்துக் கொண்டு மேலேறப் பார்த்ததும், அவன் பதற்றமடைந்தான்.

''அது எனக்காக அனுப்பப்பட்ட உதவி. இத்தனை பேர் பற்றிக்கொண்டு தொங்கினால், இழை அறுந்து விடும். எல்லோரும் விலகுங்கள்'' என்று கோபமாகச் சொன்னான். அந்தக் கணத்தில் இழை அறுந்தது. அவன் மீண்டும் கிணற்றில் விழுந்தான்.

'காப்பாற்றுங்கள், காப்பாற்றுங்கள்' என்று மறுபடியும் கத்தலானான். புத்தர் இந்த முறை அவன் கூக்குரலைப் பொருட்படுத்தவில்லை.

கதையைச் சொல்லி நிறுத்திய குரு ''இந்தக் கதையில் என்ன குற்றம் இருக்கிறது?'' என்று சீடர்களிடம் கேட்டார்.

''மனிதனின் பாரத்தைத் தாங்கும் சக்தி சிலந்தி இழைக்கு இல்லை'' என்றான், ஒரு சீடன்.

''சொர்க்கம், நரகம் என்று எதுவும் இல்லை'' என்றான், மற்றொருவன்.

''புத்தர் கண்மூடி தியானத்தில் இருக்கையில் அவருக்கு வேறு ஒலி கேட்காது'' என்றான், வேறொருவன்.

''எல்லோரும் முக்கியமான விஷயத்தைக் கோட்டை விட்டு விட்டீர்கள்'' என்று புன்னகையுடன் சொல்லிவிட்டு குரு எழுந்து போய்விட்டார்.

சத்குருவின் விளக்கம்

உண்மையான கருணை என்பது பாரபட்சம் பார்க்காது. 'இவனுக்குக் கருணை காட்டலாம், அவன் அதற்குத் தகுதியானவன் அல்ல' என்று நினைத்த மாத்திரத்திலேயே கருணை என்ற அந்தஸ்தை அது இழக்கிறது. உதவி என்பதற்கு பாரபட்சம் இருக்கலாம். ஆனால், கருணைக்கு இருக்க முடியாது.

நரகத்தில் தவிக்கும் ஒருவனை புத்தர் காப்பாற்ற விரும்பினால், அவனுடைய ஒரு சுயநலச் செயலால் தன் மனதை மாற்றிக்கொண்டிருக்க மாட்டார்.

புண்ணியம், பாவம், சரி, தவறு என்பதெல்லாம் ஒழுக்க விதிகள் கொண்டு எழுதப்பட்டவை.

விதிமுறைகள், சட்டதிட்டங்கள், போதனைகள் இவற்றின் வீச்சுக்கு அப்பாற்பட்டது கருணை. யாருக்கு வழங்கலாம், யாருக்கு வழங்கக் கூடாது என்று கருணையால் தேர்ந்தெடுக்க இயலாது.

ஜென் குரு சீடர்களிடம் சொன்னது யாரோ கற்பனை செய்த ஒரு நீதிபோதனைக் கதை. மற்றவர்களைப் பற்றி கவலையில்லாமல் முற்றிலும் சுயநலமாக விளங்குபவனை புத்தர் கூடக் காப்பாற்ற மாட்டார் என்று சொல்லி சமூகத்தின் செயல்முறைகளை நிர்ணயிக்கவும், வழி நடத்தவும் பார்க்கும் கதை இது.

உண்மையான ஞானி அவசியமும், வாய்ப்பும் இருக்கும்போது, கருணை காட்டத் தயங்க மாட்டார். தேர்ந்தெடுப்பது, நிராகரிப்பது என்ற நிர்ப்பந்தங்களிலிருந்து விடுபட்டு, முற்றிலும் சுதந்திரமாகப் பரிணாம வளர்ச்சி பெற்றவரே புத்தராக இருக்க இயலும்.

ஆனந்தமான நிலையில் இருப்பவரால் கருணையான நிலையில்தான் இருக்க முடியும். கசப்பும், காமமும் இருக்கும் இடத்தில்தான் புத்தி பாரபட்சம் பார்க்கும். ஆனந்தமான நிலையில், புத்தியைத் தாண்டியிருப்பதால் தான் ஒருவர் 'புத்தா' என்று அழைக்கப் பெறுகிறார்.

மற்ற மதங்களைப்போல, புத்தருடைய மதத்தைப் பரப்ப வேண்டும் என்ற முயற்சியில், இம்மாதிரி கதைகளை இட்டுக்கட்டி, சில பௌத்த மதவாதிகள், நீதிபோதனைகளை மக்கள் மீது திணிக்கப் பார்க்கின்றனர்.

அதனாலேயே இக்கதையில் குற்றம் இருப்பதாக ஜென்குரு சொன்னார்.

சணல் கயிறுதான் புத்தம்!

ஜப்பானில் படித்தவன் ஒருவன் இருந்தான். புத்தம் என்பது என்ன..? என்று அறிந்துகொள்ளும் ஆர்வம் அவனுக்கு வந்தது. ஓர் ஆசானைத் தேடிப் போனான்.

"மதிப்பிற்குரிய குருவே, புத்தம் என்றால் என்ன..?" என்று கேட்டான்.

அந்த ஆசான், அங்கிருந்த சணல் கயிறை எடுத்து அவனிடம் போட்டார். "சணல் கயிறுதான் புத்தம்.." என்றார்.

அவன் குழப்பத்துடன் வேறொரு ஆசானைத் தேடிப் போனான். அவரிடம் கேட்டால், அரளி விதைதான் புத்தம் என்றார்.

என்ன அர்த்தம் என்று புரியாமல் அவன் மூன்றாவதாக ஒரு ஆசானைத் தேடிப் போனான்.

"ஓ, புத்தத்தைப் பற்றி அறிய வந்திருக்கிறாயா..? இதோ, நான் அணிந்திருக்கிறேனே அங்கி, இதில், பூ வேலைப்பாடுகள் செய்யப்பட்டுள்ளன பார்த்தாயா..? இந்தப் பட்டு நூலில் செய்யப்பட்டுள்ள வேலைப்பாடுதான் புத்தம்.." என்றார்.

ஜென் என்றால் மனம் எப்போதும் இங்கேயே இருக்கப் பழக்குவது.

தேடி வந்தவனுக்குக் குழப்பம் அதிகரித்தது. 'யாராலும் இதற்குச் சரியான விடை சொல்ல முடியவில்லையே..!' என்ற மனத்தாங்கலுடன் பலரிடம் விசாரித்தான். தகுதி வாய்ந்த ஜென் குரு என்று ஒருவரைப் பற்றிக் கேள்விப்பட்டு அவரை நாடிச் சென்றான்.

"ஐயா, புத்தம் என்றால் என்ன என்று அறிந்துகொள்ள வந்திருக்கிறேன்.."

ஜென் குரு அவனைப் பார்த்தார்.

"இந்தக் கேள்விக்கான விடை உனக்கு ஏற்கெனவே கொடுக்கப்பட்டதே..!" என்றார்.

அவன் ஆச்சரியமானான்.

"இல்லை ஐயா.. நான் பல ஆசான்களிடம் சென்று, இது பற்றிக் கேட்டதுண்டு. ஒருவர் சணல் கயிறுதான் புத்தம் என்கிறார். இன்னொருவர் அரளி விதைகள்தான் புத்தம் என்கிறார். இன்னொருவரோ தன்னுடைய அங்கியில் இருக்கும் பூ வேலைப்பாடுதான் புத்தம் என்கிறார். மேலும் கேட்க கேட்க, என்னுடைய புரிந்துகொள்ளும் தன்மை குறைந்துகொண்டே வருகிறது.."

ஜென் குரு சிரித்தார்.

"வார்த்தைகளில் ஏது புத்தம்?" என்றார்.

சத்குருவின் விளக்கம்

மனித மனம் வார்த்தைகளால் ததும்பி வழிகிறது. எண்ணம் என்பது என்ன..? அது சொற்களை அடுக்கிப் பார்க்கும் ஓர் அமைப்புதானே..? சொற்கள் எங்கேயிருந்து வந்தன..? எல்லாமே இறந்த காலத்தில் உங்களுக்கு அறிமுகமான சொற்கள். அவைதான் உங்கள் மனதை முழுமையாக ஆள்கின்றன.

நீங்கள் என்ன நினைத்தாலும், என்ன பேச முற்பட்டாலும், எதை செவிமடுத்தாலும் எல்லாமே இறந்து போன ஒரு காலத்தின் எதிரொலியாகத்தான் இருக்க முடியும்.

பேச்சும் அப்படித்தான். இந்தத் தருணத்தில் என்ன இருக்கிறது என்பதைப் பற்றி யாராலும் பேச முடியாது. ஏற்கெனவே நிகழ்ந்ததைப் பற்றித்தான் சொல்ல முடியும். இறந்து போனது என்பது என்றைக்கும் உண்மையான ஒன்று அல்ல. அது ஒரு நிழல் போல்தான். நிழலைத் துரத்தினால் என்றைக்கு அந்த ஓட்டம் முடிவுக்கு வரும்..?

எனவே, வார்த்தைகளை அர்த்தம் பண்ணிக்கொண்டு அதன் மூலம் புத்தத்தைப் புரிந்துகொள்ள வேண்டும் என்றால் அது ஒருபோதும் நடக்காது. வார்த்தைகளை வைத்து புத்திபூர்வமாக ஒன்றைப் புரிந்துகொள்ள முனைந்தால் என்ன நடக்கும்..? புத்தி எப்போதுமே எதையும் அறுத்துப் பார்த்து அதன் உள் அர்த்தத்தைத் தேடும்.

'அம்மா என்றால் என்ன..?' என்று புத்தியிடம் கேட்டால், அது அம்மாவையே அறுத்துப் பார்க்கும். ஆனால், அதன் மூலம் ஒரு தாய்மையை உங்களால் புரிந்துகொள்ள முடியுமா..? முடியாது. எப்போது அதை ஏற்றுத் தழுவுகிறீர்களோ, அப்போதுதான் உங்களுக்குப் புரியும்.

வாழ்க்கையை இயைந்து, வரவேற்று ஏற்றுக்கொண்டால்தான் அதை உங்களால் உணர்ந்துகொள்ள முடியும்.

வார்த்தைகள் தர்க்கரீதியாக உங்கள் புத்திக்கு உணர்த்துபவை. அன்றாட இருப்புக்கும், நடைமுறை வாழ்க்கைக்கும் அவை தேவைப்படலாம். ஆனால், உண்மையை உணர்ந்துகொள்ள ஒருபோதும் வார்த்தைகள் உதவாது.

உண்மை என்பது ஏற்று, இயைந்து, தழுவிக்கொள்ள வேண்டியது. இறுக்கமாக இல்லாமல் நீங்கள் வளைந்து கொடுக்கத் தயாராக இருந்தால் மட்டுமே உண்மையை உங்களால் தழுவ முடியும். ஒருபோதும் உண்மையைத் தேடிப் பிடித்து வெற்றிகொள்வது என்பது நடக்காது.

உண்மையைச் சென்று அடைவதும் இயலாத ஒன்று. உங்களுடைய இறுக்கத்தையும், விறைப்புத்தன்மையையும் விட்டுவிட்டு நீங்கள் வாழ்க்கையுடன் இயைந்து இயங்கினால், நீங்களே உண்மையாக மாறிப்போவீர்கள். அதுவரை உண்மை உங்களைவிட்டுத் தனியாகத்தான் தள்ளி நிற்கும். அது உங்களுடைய புத்திபூர்வமான எட்டுதல்களுக்கெல்லாம் அப்பாற்பட்டது.

எனவே, புத்தம் என்பதை வார்த்தைகளில் தேடினால், இப்படித்தான் சுழலில் சிக்கிக்கொள்ள வேண்டும் என்பதையே குரு அவனுக்கு உணர்த்தினார்.

யார் கழுதை?

புகழ் பெற்ற அந்த மடாலயத்துக்கு, தன்னை அறிவாளியாக நினைத்துக் கொண்டிருந்த ஒரு சீடன் வந்து சேர்ந்தான்.

ரசித்து, ரசித்துத் தேநீர் அருந்திக் கொண்டிருந்த குருவின் எதிரில் போய் நின்று அவரை வணங்கினான். பின் எதிரில் அமர்ந்தான்.

பிறகு குருவிடம், "சுவாமி நூறு வருடங்கள் கழித்து நீங்கள் எங்கே இருப்பீர்கள்?" என்று கேட்டான்.

"ஒரு குதிரையாகவோ, அல்லது ஒரு கழுதையாகவோ நரகத்தில் இருப்பேன்." என்று குரு கூறினார்.

"என்ன சுவாமி இது? இவ்வளவு ஞானியாக இருக்கும் நீங்கள் எதற்கு குதிரையாகவோ, கழுதையாகவோ நரகத்துக்குப் போக வேண்டும்?" என்று எள்ளல் சிரிப்புடன் சீடன் கேட்டான்.

"வேறு யார் அங்கே உனக்குக் கற்றுத் தருவார்?"

ஜென் என்றால் ஒரு கை ஓசையை அறிந்து கொள்வது.

சத்குருவின் விளக்கம்

கவுதம புத்தர் கூட நரகத்துக்குத் தான் போக விரும்புவதாகச் சொன்னார். ஏன் என்று விசாரித்த போது அவர் சொன்னார்: ''சொர்க்கத்தில் எல்லோரும் சந்தோஷமாக இருப்பார்கள் என்றால், அங்கே எனக்கு என்ன வேலை இருக்க முடியும்? நரகத்தில் இருப்பவர்கள் தாம் துன்பத்தில் உழல்வதாகச் சொல்கிறார்கள். எப்படியிருந்தாலும் எனக்குத் துயரப்படத் தெரியாது. எங்கே இருந்தாலும் துயரம் கொள்ளாத அளவுக்கு என்னை நான் மாற்றிக் கொண்டுள்ளேன். துயரங்களில் இருந்து விடுபட்டவன் என்பதால் நரகத்துக்கே போகிறேன். அங்கே போனாலாவது மக்களுக்கு என்னால் ஏதாவது செய்ய முடியும்..''

சொர்க்கமும், நரகமும் உள்ளன என்பதை நம்பும் மக்களிடம் அவர்களுடைய மொழியிலேயே புத்தர் ஆற்றிய உரை இது.

.நமது ஜென் குருவும் 'நான் நானாகப் போக மாட்டேன். ஒரு கழுதையாக மாறி நரகத்துக்குப் போவேன்.' என்று கூடவே கொஞ்சம் மசாலா சேர்த்து புத்தரைப் போலவே கூறுகிறார்.

கழுதை என்பது முட்டாள் மிருகமாகக் கருதப்படுகிறது. இருந்தாலும் ஜென்குரு கழுதையாகப் போக விரும்புகிறார்.

'உன்னைப் போல் ஒரு கழுதையை, இன்னொரு கழுதையைத் தவிர நரகத்தில் யார் மதிப்பார்கள்? வேறு யார் சீடராக ஏற்றுக் கொள்வார்?' என்று தன்னிடம் கேள்வி கேட்பவரிடம் ஜென்குரு கேட்கிறார்.

அந்த அளவுக்கு மற்றவரிடத்தில் அவர் கருணை கொண்டுள்ளார்.

ஏட்டுச் சுரைக்காய்

அந்த மடாலயத்தின் தலைமை ஜென் குருவுக்கு வயதாகி விட்டது. தனக்குப் பின் மடாலயத்தின் தலைமைப் பொறுப்பை ஒப்படைப்பதற்காகத் தமது தலைமைச் சீடனை அழைத்து வருமாறு ஆளனுப்பினார். அந்தச் சீடன் ஊர் ஊராகச் சென்று குருவிடம் தான் கற்றதை மக்களுக்கு எடுத்துச் சொல்லிக் கொண்டிருந்தான்.

ஏதோ ஓர் ஊரில் இருந்தவனிடம் குரு அழைக்கிறார் என்ற செய்தி சென்றது. அவன் மடாலயத்துக்குத் திரும்பினான். குருவின் முன்னால் சென்று அமர்ந்தான்.

"எனக்கு வயதாகி விட்டது. எனது வாரிசாக உன்னை அறிவிக்கிறேன். எனக்குப் பின் மடத்தின் தலைமைப் பொறுப்பை ஏற்றுக் கொள்ளப் போகிற உனக்கு இந்தப் புத்தகத்தை அளிக்கிறேன். இது மிகவும் விலை மதிப்பற்ற புத்தகம்." என்று குரு அவனிடம் ஒரு நூலை நீட்டினார்.

''குருவே, உங்களிடமிருந்து இது வரை நான் கற்றுக் கொண்டவையே எனக்குப் போதும். இந்த நூலில் வெறும் வார்த்தைகள் தானே

ஆசை அகலும் போது, மனம் மடிகிறது. மனம் முடியும் போது, ஜென் பிறக்கிறது.

இருக்கின்றன. எனக்கு வேண்டாம்.." என்று சீடன் புத்தகத்தை மறுத்தான்.

"மறுக்காதே. இது தலைமுறை, தலைமுறையாக குருவிடமிருந்து தன் வாரிசாகக் கருதப்படும் சீடனுக்கு வழங்கப்படும் புனிதப் புத்தகம்! எனது அன்பளிப்பாக ஏற்றுக் கொள்"

அதன் பின்னரும் சீடன் அந்தப் புத்தகம் தனக்கு வேண்டாம் என்று மறுத்தான்.

"சிஷ்யனே.. நீ தினமும் பிச்சை எடுத்துத்தானே உண்கிறாய். உனது பிச்சைப் பாத்திரத்தில் யார் எதைப் போட்டாலும் மறுக்காமல் ஏற்றுக் கொள்வாய்தானே?"

"ஆம் குருவே"

"இந்தப் புத்தகமும் உனது பிச்சைப் பாத்திரத்தில் இடப்பட்டதாக எண்ணிக் கொள்." என்று புத்தகத்தை நீட்டினார் குரு.

குரு வற்புறுத்தியதால், சீடன் புத்தகத்தை அவரிடமிருந்து பணிவுடன் பெற்றுக் கொண்டான். குருவுக்கு எதிரில் எரிந்து கொண்டிருந்த மடாலயத்தின் நெருப்புக் குண்டத்தில் அதை வீசி எறிந்தான்.

▷▷▷ சத்குருவின் விளக்கம்

ஆன்மிகத்தின் அடிப்படை இந்த உயிர் பற்றியது. இதைப் பற்றி கடவுளே சொன்னது என்று நீங்கள் நம்பினாலும், அந்தப் புத்தகத்தைப் படித்து, உயிர் பற்றி உணர்ந்து விட முடியாது.

நான் ஜென்னலில் இதைச் சொல்கிறேனே, இதையே ஆயிரம் பேர் ஆயிரம் விதமாகப் புரிந்து கொள்வார்கள். ஆயிரம் விதமான தத்துவங்களை உருவாக்கிக் கொள்வார்கள். மனிதனின் மனதில் எதைக் கொடுத்தாலும், அதை அதன் போக்குக்கு ஏற்றவாறு, சிதைத்துப் புரிந்து கொள்ளும் தன்மை மேலோங்கியிருக்கிறது. ஒவ்வொரு புத்தகமும் ஒவ்வொன்று சொல்லிச் சொல்லி மனிதனின் மனதில் எல்லா விதக் குழப்பமும் வந்து விட்டது.

உயிரின் தன்மையைப் புரிந்து கொள்ளாமல், எந்தப் புனிதமான புத்தகமானாலும், அதைப் புரிந்து கொள்வதால் என்ன உபயோகம்? உங்களுக்குப் புத்தகத்தைப் புரிந்து கொள்ளவேண்டும் என்ற இச்சையா? இல்லை உயிரைப் பற்றிப் புரிந்து கொள்ள வேண்டும் என்ற இச்சையா? படைத்தவனே உருவாக்கிய புத்தகமாக நிதர்சனமாக நீங்கள் இருந்து கொண்டு, அவன் எழுதியதாக வேறு ஏதோ புத்தகத்தை எதற்காக நாடிப் போக வேண்டும்?

புத்தகம் படிப்பது ஒரு உத்வேகத்துக்காகத்தான். யாரோ ஒரு மகான் பற்றி, அவர் வாழ்ந்த வாழ்க்கை பற்றி, அவர் எப்படி எல்லாம் இருந்தார் என்பது பற்றிப் படிக்கையில் நம் வாழ்க்கையும் அப்படி அமைய வேண்டும் என்று நமக்கு ஓர் ஊக்கம் வரலாம். ஆன்மிகப் பாதையில் பயணம் செய்வதற்கு அந்த க்ரியா ஊக்கி தேவைப்படலாம். மற்றபடி ஆன்மிகம், புத்தகம் மூலமாகச் சொல்லிக் கொடுக்கும் தன்மை வாய்ந்ததல்ல. நீங்களே உயிராக இருந்து கொண்டு, அதை உணராமல் புத்தகத்தில் எதைப் படித்து

உயிரை உணர முடியும்?

சிஷ்யனுக்குப் புரிந்தது அந்த குருவுக்குப் புரியவில்லை.

அதனால், அவன் அதைத் தீயில் போட்டு விட்டான். ஆன்மிகம் தொடர்பான எல்லாப் புத்தகங்களையும் எரித்து விட்டால், எந்த ஒரு போதனையும் அது பற்றி இல்லாமல் போய் விட்டால், உயிரை உணர்வதற்கு எந்தப் பிரச்சினையும் இருக்காது.

வழித்துணை கை விளக்கு

பார்வையற்றவன் ஒருவன் நண்பனுடைய வீட்டில் சில நாட்களுக்கு இருந்து விட்டு, பின் ஒரு நாள் இரவு, இருட்டில் தனது ஊருக்குப் புறப்பட்டான்.

அவனுடைய நண்பன் எரிந்து கொண்டிருந்த கை விளக்கு ஒன்றை அவனிடம் கொடுத்தான்.

"எனக்கு எதற்கு விளக்கு? வேண்டாம். எனக்கு எல்லாம் ஒன்றுதான். பார்வையில்லாத எனக்கு இந்த விளக்கால் என்ன லாபம்?" என்று அந்த விளக்கை மறுத்தான் பார்வை அற்றவன்.

'இது இப்படி இருந்தாலும், அது அப்படி இருந்தாலும், நீ எப்படி இருக்கிறாயோ, அப்படியே இரு' என்கிறது ஜென்.

"நண்பா.. இது உனக்காக அல்ல. எதிரில் வருபவர்களுக்காக. இது உன் கையில் இருந்தால், எதிரில் வருபவர்கள் உன் மீது மோதாமல் தவிர்ப்பார்கள்" என்றான் அவனது நண்பன்.

அந்த பதிலில் திருப்தியாகி, "அப்படியானால் சரி. கொடு!" என்று விளக்கைக் கையில் பிடித்துக்கொண்டு அவன் இருட்டில் நடந்தான். இருந்த போதிலும் வழியில் யாரோ ஒருவன் அவன் மீது பலமாக மோதி விட்டான்.

பார்வையற்றவன் அந்த மோதலை எதிர்பார்க்காததால் தடுமாறிக் கீழே விழுந்தான். பின் மெல்ல எழுந்தான்.

"நான் என்ன தவறு செய்தேன் என்று என் மீது இப்படி மோதினீர்கள்? என் கையில் தான் விளக்கு இருக்கிறதே.. கவனித்து வந்தால் என்ன?" என்று அவன் ஆதங்கத்துடன் வினவினான்.

"விளக்கா! அப்படியொன்றும் தெரியவில்லையே", என்று சொல்லியபடி மோதியவன் உற்றுப் பார்த்து விட்டுச் சொன்னான்:

"அடடா! விளக்கு இருக்கிறது. ஆனால், சுடர் எப்போதோ அணைந்து விட்டிருக்கிறது, நண்பா"

சத்குருவின் விளக்கம்

விளக்கை அவன் கையில் வைத்திருந்தது அதன் வெளிச்சத்துக்காக. அது அணைந்து போன பின்னும், அதை உயர்த்திப் பிடித்து நடந்து வருவது அர்த்தமற்ற ஒரு சடங்காகி விட்டது. ஏதோ ஒன்றின் நோக்கம் தேய்ந்து போய், அது வெறும் சடங்காக எப்பொழுது மாறிப் போகிறதோ, அதன்பின் அதற்கு மதிப்பு கிடையாது. அர்த்தமற்ற சடங்கினால் எந்த நன்மையும் வருவதற்கு வாய்ப்பில்லை.

நம் வாழ்க்கையில் ஏதோ ஒரு நோக்கத்துடன் செய்த பல விஷயங்கள் அவற்றின் உண்மையான தன்மையை இழந்து வெறும் சடங்குகளாகத் தொடர்ந்து கொண்டிருக்கின்றன.

கர்நாடகாவில் சில கிராமங்களில் ஒரு வழக்கத்தைக் காணலாம். வீட்டுக்கு வந்த விருந்தாளிக்கு அசைவம் பரிமாறினால், அவருடைய சாப்பாட்டு இலைக்குப் பக்கத்தில் ஓர் உலக்கை வைப்பார்கள். எதற்கு என்று பலரிடம் கேட்டேன். விடை தெரியவில்லை.

பல பெரியவர்களிடம் விசாரித்ததில் அர்த்தம் பிடிபட்டது.

அசைவ உணவு பற்களுக்கிடையில் சிக்கினால், எடுப்பதற்கு வசதியாக ஒரு குச்சியை இலைக்கு அருகில் வைப்பது முதலில் வழக்கமாக இருந்தது. காலப்போக்கில், குச்சி என்பது கொம்பு என்று புரிந்து கொள்ளப்பட்டு, முதலில் ஏதோ ஒரு முட்டாள் ஓர் உலக்கையை வைத்தான். அதுவே பிற்பாடு விளக்கம் கேட்கப்படாமல், ஏற்றுக் கொள்ளப்பட்ட சம்பிரதாயம் ஆகி விட்டது. உலக்கையால் பல் குத்த முடியுமா?

இப்படித்தான் நம் வாழ்க்கைக்குப் பயனுள்ளதாக இருப்பதற்கு சில செயல்முறைகளை உருவாக்கினோம். அடிப்படையில் அந்தச் செயல்கள்

எதற்காக உருவாக்கப்பட்டன என்பதை மறந்து விட்டு, தாத்தா பண்ணினார், அப்பா பண்ணினார், இன்னொருத்தர் பண்ணினார் என்று தொடர்கையில், அவை வெறும் சடங்குகளாகி விட்டன.

தொன்று தொட்டு செய்யப்படுபவை எந்த நோக்கத்தில் உருவாக்கப்பட்டன என்பது புரியாததால், அவை நம் வாழ்க்கைக்குத் தேவையா, இல்லையா என்ற குழப்பம் வந்து விட்டது.

பார்வையற்றவன் சுமந்த விளக்கைப் போல, நம் வாழ்க்கைக்கு வழிகாட்ட அமைக்கப்பட்ட சில கருவிகள் இப்போது சடங்காகிப் போயிருக்கின்றன. அவற்றின் நோக்கத்தைப் புரிந்து கொண்டு, அவற்றை மறுபடியும் நமக்கு வழிகாட்டியாக மாற்றிக் கொள்ளும் அவசியம் வந்து விட்டது. அல்லது, புதிய வழிகாட்டிகளையாவது உருவாக்கியாக வேண்டும்.

கடவுளைக் கைப்பற்றியவன்

அந்த ஜென் குரு பூரண ஞானி. ஞானம் பெறுவது எப்படி என்பதை அவர் தமது உபதேசங்களின் மூலம் சொல்லித் தருவார் என்ற ஆசையில் அவரிடம் பல சிஷ்யர்கள் சேர்ந்திருந்தார்கள்.

அவரோ உபதேசம் எதுவும் செய்யாமல் தினம் எழுவதும், தம்முடைய வேலைகளைச் செய்வதும், உறங்குவதுமாகவே காலம் கழித்து வந்தார்.

சீடர்கள் அவரை ஒரு நாள் ஒரு மரத்தடியில் அமர வைத்து உபதேசம் செய்யுமாறு வற்புறுத்தினர்.

'எவ்வளவு அதிகமாக அறிந்து கொள்கிறாயோ, அவ்வளவு குறைவாகப் புரிந்து கொள்கிறாய்' என்கிறது ஜென்.

அவரும் அமர்ந்தார். சீடர்கள் அவர் முகத்தையே பார்த்தவண்ணம் மௌனமாக ஆவலுடன் காத்திருந்தார்கள்.

அப்போது மரத்தின் மேலிருந்து ஒரு பறவை கீச், கீச் என்று கூவி அங்கு நிலவிய மௌனத்தைக் கலைத்தது.

அதைக் கேட்ட குரு "உபதேசம் முடிந்தது" என்று கூறி எழுந்து நடந்தார்.

சீடர்கள் நொந்து போனார்கள். ஆனாலும் ஒரு சீடன் ஓடிச் சென்று அவரது வழியை மறித்து, "குருவே.. நீங்கள் உபதேசம் ஒன்றும் செய்ய வேண்டாம். குறைந்தபட்சம் நாங்கள் கேட்கும் ஒன்றிரண்டு கேள்விகளுக்காவது பதில் சொல்லுங்கள்" என்றான்.

"கேள்" என்றார் குரு.

"கடவுளைக் கைப்பற்ற முடியுமா?" என்று கேட்டான், சீடன்.

"ஒன்றுமில்லாததைக் கைப்பற்ற முடியுமா?" என்று பதிலுக்குக் கேட்டார், குரு.

"அட, அப்படியென்றால், கடவுள் என்பது ஒன்றுமில்லையா?" என்று அலட்சியமாகக் கேட்ட சீடன். "இதோ கைப்பற்றி விட்டேன்" என்று கையை மூடிக் காட்டினான்.

குரு சிரித்தார். "உன்னால் மட்டுமல்ல, யாராலும் கைப்பற்ற முடியாது!"

▶▶ சத்குருவின் விளக்கம்

எல்லாவற்றையும் கைப்பற்றிவிட முடியும் என்பது மனிதனின் முட்டாள்தனமான தீர்மானம். உலகையே கைப்பற்றி விட்டதாக நினைத்தால் கூட, அது பிரபஞ்சத்தில் ஒரு சிறு துளி தான்.

எது இருக்கிறதோ, அதில் ஒரு பகுதியையாவது கைப்பற்றலாம். ஆனால், ஒன்றுமில்லாததை எப்படிக் கைப்பற்ற முடியும்?

பிரபஞ்சத்தில் நீங்கள் பார்க்கும் நட்சத்திரங்கள், சூரியக் குடும்பங்கள் எல்லாவற்றையும் விட, அவற்றைக் கோத்துப் பிடித்திருக்கும் ஒன்றுமற்ற பகுதி தான் மிக மிக அதிகம். எது வந்ததோ, அது ஒன்றுமற்றதிலிருந்து தான் வந்தது. மறுபடியும் அந்த ஒன்றுமற்றதில் தான் கலந்து போகிறது. இது ஏதோ தத்துவம் அல்ல. விஞ்ஞானத்தால் அழுத்தமாக நிரூபிக்கப் பட்டிருக்கும் உண்மை.

இருப்பது எவ்வளவு பிரமாண்டமாக இருந்தாலும், அதை அளந்து பார்க்க முடியும். ஒன்றுமில்லாததை எப்படி அளக்க முடியும்?

நம் கலாசாரத்தில், அந்த ஒன்றுமற்ற தன்மையைத் தான் ஷிவா என்கிறோம். அதைப் பற்றிக் கொள்ள முடியாது. ஆனால், அதில் கலந்து கரைந்து போக முடியும். கடலில் கலந்து விட்ட துளி கடலாகவே ஆகி விடுவதைப் போல, ஒன்றுமற்றதில் கரைந்து போகையில் அந்த ஒன்றுமற்றதாகவே நீங்கள் மாறி, எல்லையற்றதாகி விடுகிறீர்கள்.

வாழ்க்கையும் அப்படித் தான். கைப்பற்றுவதற்கு அங்கே ஒன்றும் இல்லை. எதையாவது கைப்பற்ற வேண்டுமானால், உங்களுக்கும் அதற்கும் ஓர் இடைவெளி இருந்தாக வேண்டியிருக்கிறது. வாழ்க்கையிலிருந்து நீங்கள் விலகி நின்று கைப்பற்றப் பார்ப்பது எப்பேர்ப்பட்ட முட்டாள்தனம்!

படைத்தலுக்கு எது மூலமோ அது உங்களுக்குள் இருந்து கொண்டு, பல அற்புதங்களை நிகழ்த்திக் கொண்டிருக்கிறது. படைக்கப்பட்ட எதை வேண்டுமானாலும் கைப்பற்ற முடியுமே தவிர, படைத்தலின் மூலத்தையே கைப்பற்ற எப்படி இயலும்? வாழ்க்கையை முழுமையாக உணர, அதனுடன் ஒன்றறக் கலந்து விடுவது மட்டுமே வழி வகுக்கும்.

விரலும், நிலவும்

ஜென் குரு ஹூனெங் தம் ஆசிரமத்தில் அமர்ந்திருந்தார். அவரைத் தரிசிக்க ஒரு பிரம்மச்சாரிணி வந்தாள்.

"குருவே! நான் நிர்வாண சூத்திரத்தைப் பல ஆண்டுகளாகத் திரும்பத் திரும்பப் படித்து வருகிறேன். இன்னும் சில இடங்கள் எனக்கு விளங்கவில்லை. அவற்றுக்கு விளக்கம் அளிப்பீர்களா குரு?'' என்று குருவிடம் ஒரு புத்தகத்தின் பக்கத்தைத் திறந்து காட்டி, பணிவுடன் வேண்டினாள்.

"அடடா! எனக்கு எழுதப் படிக்கத் தெரியாதேம்மா.. உனக்குப் புரியாத பகுதியைப் படித்துக் காட்டு. உதவ முடிகிறதா என்று பார்க்கிறேன்." என்று குரு கூறினார்.

விவரிப்பது அல்ல, சுட்டிக் காட்டுவது ஜென்.

சிஷ்யை அதிர்ச்சியடைந்தாள்! "என்னது! உங்களுக்கு எழுதப் படிக்கத் தெரியாதா? எழுத்தறிவில்லாத நீங்கள் எவ்வாறு அந்த ஞான நூலுக்கு விளக்கம் அளிக்க முடியும்?'' என்று கேட்டாள் அவள்.

குரு நிலவைச் சுட்டிக் காட்டினார். ''இந்த விரல் இல்லையென்றாலும் அந்த நிலவை நீ பார்க்க முடியும் அல்லவா?''

சத்குருவின் விளக்கம்

அமெரிக்காவைப் பொருளாதார வீழ்ச்சி ஆட்டிப்படைத்த சமயத்தில், அமெரிக்கப் பிரதிநிதிகளைக் கொண்ட குழு ஒன்று சீனாவுக்குப் போயிருந்தது.

குழுவில் இருந்த அமெரிக்கர்கள் அங்கே போய் "எங்கள் வாழ்க்கை மொத்தமும் நாசமாகி விட்டதே" என்று தலையில் அடித்துக் கொண்டு ஒப்பாரி வைத்தார்கள்.

அப்போது சீன மக்கள் சிலர் அந்த அமெரிக்கர்களை "கொஞ்சம் வாருங்கள்" என்று அழைத்துப் போய் அங்கே போடப்பட்டிருந்த ஒரு நாற்காலிக்கு முன்னால் கண்ணாடி ஒன்றை வைத்தார்கள்.
"பாருங்கள். இப்போது இரண்டு நாற்காலிகள் இருக்கின்றன. இங்கே ஒன்று.. அங்கே ஒன்று.."

அமெரிக்கர்கள் ஆமோதித்துத் தலையை ஆட்டினார்கள். பிறகு சீனர்கள் கண்ணாடியை எடுத்து விட்டார்கள். "இப்போது எவ்வளவு நாற்காலிகள் இருக்கின்றன?" என்று கேட்டார்கள். அமெரிக்கர்கள் "ஒன்று" என்றார்கள்.

அதற்குச் சீனர்கள் "முன்பும் ஒன்றுதான் இருந்தது. இன்னொன்று கண்ணாடியில் மட்டும்தான் இருந்தது. அதில் உட்கார முடியாது. அதுவே இன்னொரு கண்ணாடி வைத்தால் நாற்காலிகள் நான்காகும். எட்டாகும். இன்னொரு கண்ணாடியை வைத்தால் நூறாகும். பார்ப்பதற்குத்தான் நூறும், ஆயிரமும். அவற்றில் எல்லாம் உட்கார முடியாது. உங்களுடைய பொருளாதார வீழ்ச்சி என்பதும் இது போலத்தான். அந்தக் கண்ணாடிகள்தாம் காணாமல் போய்விட்டன. நாற்காலி எங்கேயும் போய்விடவில்லை. ஒன்றும் ஆகாததற்கெல்லாம் அழுது ஊரைக்கூட்டாதீர்கள். சும்மா இருங்கள்.." என்று கூறி அமெரிக்கர்களைத் தேற்றினார்கள்.

அது போலத்தான் இதுவும். உண்மை அப்படியேதான் இருக்கிறது. அதைப் பற்றிப் படித்து மனதில் நூறு அர்த்தங்கள் பண்ணிக் கொள்ளலாம். ஆயிரம் புத்தகங்கள் எழுதிக் கொள்ளலாம். ஆனால், அதில் எதுவும் சரியாக இருக்கும் என்ற உத்தரவாதம் கிடையாது. ஏதோ ஒன்று இருக்கிறது என்றால், அதை விளக்கப் படிப்பு தேவைப்படலாம். ஒன்றுமற்ற தன்மையைப் புரிந்துகொள்ள, எழுத்து வேண்டாம். உயிர் போதும்.

நிர்வாணா என்பது எல்லாவற்றையும் கடந்து விட்ட ஒன்றுமற்ற நிலை. எது இல்லாததோ, எது படைத்தலைத் தாண்டி இருக்கிற தன்மையோ, அதைப் புரிந்து கொள்ள பெரிய படிப்பு எதற்கு? கண்களை மூடி அமைதியாக இருந்தாலே புரிந்து கொள்ளக் கூடியது அது.

உயிரையும், அதன் மூலத்தையும் புரிந்து கொண்டவனுக்கு எழுத்தும், படிப்பும் கற்றுக் கொள்ள வேண்டும் என்ற உணர்வே வருவதில்லை. எழுதப் படிக்கத் தெரியாத போதும், அவர் சொல்வதை ஆயிரக்கணக்கில் மக்கள் வந்து உட்கார்ந்து கேட்கிறார்கள். ஏனென்றால், எல்லாவற்றுக்கும் அடிப்படையாக உள்ளது எதுவோ, அதைப் புரிந்து கொண்டு விட்டார். எழுதப் படிக்கத் தெரிந்தாலும் ஒன்றுதான், தெரியாவிட்டாலும் ஒன்றுதான்.

சூத்திரம் என்று அதன் வார்த்தை அமைப்புகளில் சிக்கி விட்டால், வெளியே வர முடியாமல் போகலாம்.

# புத்த தர்மம்

சில மாதங்கள் தன் குருவுடன் தங்கியிருந்த ஒரு சீடன், "குருவே, நான் புறப்படும் நேரம் வந்துவிட்டது.." என்றான்.

"எங்கே போகப் போகிறாய்?" என்று கேட்டார் குரு. "எனக்கு புத்த தர்மத்தை அறிந்துகொள்ள ஆசை. இம்மாபெரும் பூமியில் அலைந்து திரிந்தாவது அதை அறிந்துகொள்வேன்.." என்றான் சீடன்.

குரு அவனை ஆழ்ந்து நோக்கினார். "அடடா..! இதை நீ முன்பே சொல்லியிருக்கக்கூடாதா..?" "சொல்லியிருந்தால்..?"

"நானே உனக்கு அதைக் காட்டியிருப்பேனே..!" என்றார்.

"குருவே, இப்போது சொல்லுங்கள், அது எங்கே இருக்கிறது.? அது என்ன..?" என்று கேட்டான் சீடன்.

குரு தன்னுடைய நீளமான அங்கியிலிருந்து ஒரு நூலை உருவி அவனிடம் நீட்டினார். "இதோ, வைத்துக்கொள்.." என்று கொடுத்தார்.

சீடன் அவர் தன்னைக் கேலி செய்வதாக உணர்ந்து, நூலை எறிந்துவிட்டு, வெளியேறினான்.

ஜென் என்றால் கடவுள் நம் வழியாக தன்னுடைய கீதத்தை இசைப்பதற்காக நம்மை ஒரு வெற்று மூங்கிலாக்கிக் கொள்வது!

▷▷ சத்குருவின் விளக்கம்

ஆன்மிக அனுபவம் என்பதே ஒன்றிலிருந்து மற்றதைப் பிரித்துப் பார்ப்பதை நிறுத்துவதுதான்.

நான் வேறு, இந்தப் பிரபஞ்சம் வேறு என்று வேறுபடுத்திப் பார்ப்பது ஒரு முடிவுக்கு வந்தபோதுதான் சாமுண்டி மலையில், நான் என் தன்னிலை உணர்ந்தேன். எங்கு பார்த்தாலும் நான் இருந்தேன். எல்லாவற்றிலும் நான் இருந்தேன். எனக்குள் எல்லாம் கலந்திருந்தது. அதுதான் உண்மையான யோகா. அதுதான் புத்த தர்மம்.

சில மாதங்கள் தங்கியிருந்த குருவின் குடிலில் இல்லாத புத்த தர்மத்தை வேறெங்கோ தேடிச் சென்றால் கிடைத்துவிடும் என்று சீடன் நினைத்ததே முட்டாள்தனம்.

எது ஒன்றையும் குப்பை என்றோ, புனிதம் என்றோ, பிரித்துப் பார்க்கத் துவங்கிவிட்டால், அங்கு தர்மம் இல்லை. யோகாவில் சிறக்க, இரண்டே வழிகள்தான் உண்டு. ஒன்று, எல்லாவற்றையும் புனிதமாகப் பார்ப்பது. இன்னொன்று எல்லாவற்றையும் குப்பையாகப் பார்ப்பது. எப்படிப் பார்த்தாலும், அது முழுமையாகப் பார்க்கப்படும்போது வேலை செய்யும். ஆனால், ஒன்றைக் குப்பையாகவும், இன்னொன்றைப் புனிதமாகவும் பார்க்க முற்பட்டால்தான், வாழ்க்கை முட்டாள்தனமாக முடிந்து போகும். ஆன்மிகம், லௌகீகம், குடும்பம், வீடு என்று பல்வேறு பாகுபாடுகளில் சிக்கிப் போகும்போது, அறியாமை மேலோங்குகிறது. அப்படியில்லாமல் எல்லாவற்றையும் புனிதமாகவோ, தெய்வீகமாகவோ பார்க்கத் துவங்கிவிட்டால், ஆன்மிகச் சாதனை எளிதாகும்.

அப்படிப் பார்க்கும் துணிச்சல் உங்களுக்கு இல்லையென்றால், எல்லாவற்றையுமே சாத்தானின் வேலையாகப் பார்க்கலாம். 'இதுவும்

சாத்தான், அதுவும் சாத்தான்' என்று பார்த்தீர்கள் என்றாலும், அதுவும் வேலை செய்யும்.

இதைத்தான் அந்த குரு அவனுக்குத் தெரிவிக்க முற்பட்டார். 'இங்கு இல்லாத உண்மையை வேறு எங்கே போய் தேடிக் கண்டுபிடிப்பாய்..? உனக்குள் கண்டுபிடிக்க முடியாத ஒரு தர்மத்தை, இந்தப் பரந்த உலகில் வேறெங்கு தேடிக் கண்டுபிடிக்கப்போகிறாய்..? ஆன்மிகமானாலும், லௌகீகமானாலும் இரண்டும் உனக்குள்தான் புதைந்திருக்கின்றன. அவை வெளியில் நடப்பவை அல்ல.'

நீங்கள் இந்தியாவின் ஏதோ ஒரு தெற்கு மூலையிலுள்ள கிராமத்தில் இருந்தாலும் சரி, இமய மலையின் மீது இருந்தாலும் சரி, அனுபவம் என்பது உங்களுக்குள்தான் நடந்தாக வேண்டும்.

'இதை மாற்றலாமா, அதை மாற்றலாமா, இந்த இடத்தை மாற்றலாமா, அந்த இடத்துக்குப் போகலாமா' என்று பார்ப்பதில் எந்த முன்னேற்றமும் கிடைக்காது.

வெளிச்சூழ்நிலைகள் உங்களுடைய ஆன்மிகச் சாதனைகளுக்கு உகந்ததாக அமைத்துக்கொள்வதற்கு வேண்டுமானால் முயற்சிக்கலாமே தவிர, மற்றபடி வெளிச்சூழ்நிலை உங்கள் உள் சூழ்நிலையை ஒருபோதும் மாற்றாது.

ஒரு துணியின் நூல் பிரியிலிருந்து,
வெடித்துச் சிதறும் சூரியன் வரை,
எதில் வேண்டுமானாலும்
உண்மையை தரிசிக்கலாம்.
இந்தப் பிரபஞ்சத்தில்
இருக்கும் ஒவ்வோர் அணுவும்
உங்களுக்கு அந்த வாய்ப்பைக்
கொடுக்கும் ஒரு பாதைதான்.
கதவைத் திறக்க
வேண்டியது மட்டுமே
பாக்கி. அந்தப் பொறுப்பு
உங்களுடையது.

கருணையின் சம்பளம்

பல ஆண்டுகள் சிறைவாசம் அனுபவித்த அவன் அப்போதுதான் விடுதலையாகி வெளியே வந்திருந்தான். பசிக் கொடுமை தாங்காமல் அவன் செய்த சிறு திருட்டுக்காக முதன் முதலில் சிறை சென்ற அவன், பலமுறை சிறையிலிருந்து தப்பிக்க முயற்சி செய்து, பிடிபட்டு, மேலும் பல வருடங்கள் சிறைக் கொடுமையை அனுபவித்து, கடைசியாக விடுவிக்கப்பட்டிருந்தான்.

குளிரும், பசியும் அவனை வாட்டின. கையில் காசில்லை. ஒரு வேளை உணவுக்கும் வழியில்லை. சிறை சென்ற குற்றவாளியான அவனை நம்பி வேலை கொடுக்க எவரும் தயாராக இல்லை. அலைந்து, திரிந்து, போன இடத்திலெல்லாம் விரட்டி அடிக்கப்பட்ட அவன், அடிபட்டு உதைபட்டு இறுதியில் வந்து சேர்ந்த இடம், அந்த ஊர் பாதிரியாரின் இல்லம்.

'ஆசையின் இயல்பை உணருங்கள். தளைகள் விலகுவதைக் காண்பீர்கள்' என்கிறது ஜென்.

அவனே சற்றும் எதிர்பாராத வகையில் அன்புடன் வரவேற்றார் பாதிரியார். 'இது இறைவனின் இல்லம். குற்றவாளியானாலும் சரி, பாவம் செய்தவன் ஆனாலும் சரி; தஞ்சம் என இங்கு வருபவர் அனைவரும் இறைவனின் குழந்தைகளே' என அவனுக்கு ஆறுதல் கூறி, உண்ண உணவும், உடுக்க உடைகளும், இருக்க இடமும் தந்து உபசரித்தார்.

நன்கு உண்டு, உறங்கி, புத்துணர்வுடன் இரவுப் பொழுதிலேயே விழித்துக் கொண்ட அவனது பார்வையில் அந்த அறையில் வைக்கப்பட்டிருந்த வெள்ளி விளக்குகள் பட்டன. தவிர்க்க முடியாத திருட்டு எண்ணம் தலை தூக்க, 'உண்ட வீட்டுக்கே இரண்டகம்' செய்கிறோமே என்ற குற்ற உணர்வு ஏதுமின்றி, அந்த விளக்குகளைத் தூக்கிக் கொண்டு ஓட்டம் பிடித்தான்.

வெள்ளிப் பொருட்களுடன் இரவில் சந்தேகமான முறையில் நடமாடிய அவனைப் பிடித்து விசாரித்து, சரியான பதில் கிடைக்காததால், பாதிரியார் வீட்டுக்கே அழைத்து வந்தனர் போலீஸார். 'இந்த வெள்ளி விளக்குகளை இவன் திருடி வந்திருக்கிறான் என்று நினைக்கிறோம். இவை உங்களுடையனவா எனப் பார்த்துச் சொல்லுங்கள்' என பாதிரியாரைக் கேட்டனர்.

'திருட்டு வெளிப்படப் போகிறது. ஆண்டாண்டுகளுக்கு மீண்டும் சிறைக் கொடுமை. ஐயோ.....' என நடுங்கினான் அந்த மனிதன்.

ஆனால் பாதிரியாரின் முகத்தில் கருணை ததும்பியது. 'நண்பரே, அந்த விளக்குகளுடன், இந்த வெள்ளித் தட்டுக்களையும் சேர்த்துத்தானே நான் உமக்கு அளித்திருந்தேன். விளக்குகளை எடுத்துச் சென்ற நீங்கள், இந்தத் தட்டுக்களை மட்டும் ஏன் விட்டுச் சென்றீர்கள்?' என தட்டுக்களையும் எடுத்து அவனிடம் நீட்டினார் பாதிரியார் !

'மன்னிக்கவும். இது திருட்டு என நினைத்து விட்டோம்' என அவனை விட்டு விட்டுப் போயினர் போலீஸார். திருடன் பாதிரியாரின் கால்களில் விழுந்து கதறினான்.

'லே மிசரபில்ஸ்' என்ற கதையில் சித்தரிக்கப்பட்ட ஒரு நிகழ்வை மேலே பார்த்தீர்கள். ஏறக்குறைய இதே போல் ஒரு ஜென் கதை வழங்கப்படுகிறது.

கீழை நாடுகளில் வழங்கப்படும் இந்த ஜென் கதையை அடிப்படையாக வைத்து மேற்கத்திய நாட்டு நாவலில் இந்த நிகழ்ச்சி எழுதப்பட்டிருக்கக்கூடும்.

எப்படி இருப்பினும் இரண்டு கதைகளும் வெளிப்படுத்தும் செய்தி ஒன்றுதான். இனி அந்த ஜென்கதை..

சீடர்களுக்குள் சலசலப்பு ஏற்பட்டது கண்டு, ஜென்குரு என்னவென்று விசாரித்தார்.

"இவன் மறுபடியும் எங்களிடம் திருடி விட்டான்" என்று அவர்களுள் ஒருவனை முன்னால் தள்ளினார்கள், சீடர்கள்.

"அவனை மன்னியுங்கள்" என்றார், குரு.

"வாய்ப்பே இல்லை. உங்களுக்காகப் பலமுறை மன்னித்தோம். இந்த முறை அவனை நீங்கள் துரத்த மறுத்தால், நாங்கள் அனைவரும் வெளியேறி விடுவோம்" என்றனர், சீடர்கள்.

"நீங்கள் அனைவரும் வெளியேறினாலும், அவனை வெளியேற்றும் எண்ணமில்லை" என்றார், குரு.

திருடியவன் குருவின் தாள் பணிந்தான். அழுகையில் கரைந்தான்.

சத்குருவின் விளக்கம்

மனிதன் எப்பேர்ப்பட்ட தண்டனையையும் துணிச்சலுடன் பொறுத்துக் கொள்வான். ஆனால், அதீத கருணை அவனைத் தோற்கடித்து விடும். தண்டனை ஒருவனை பாறை போல் இறுகச் செய்யக் கூடும். ஆனால், காரணங்களுக்கு அப்பாற்பட்ட கருணை அவனை நொறுக்கி உடைத்து விடும்.

நீங்கள் மேலும் மேலும் கடுமையானவராகச் செயல்படுகையில், தண்டனைகளை எதிர்கொள்பவன் அவற்றைக் கையாள மேலும் மேலும் அதற்கான திறமையை வளர்த்துக் கொள்வான்.

ஆனால், கருணை அவனைக் கரைத்து விடும். மேலும், குருவாக இருப்பவர் இன்றைய சூழலை மட்டும் வைத்து யாரையும் எடை போடுவதில்லை. தென்னை மரத்தை நட்டு வளர்ப்பவர் நான்காவது வாரமே காய்க்கவில்லை என்று மரத்தை வெட்டிப் போட மாட்டார். எந்தச் சீடனும் என்னவாக மாறக் கூடிய உள்ளாற்றல் கொண்டவன் என்பதை கவனித்து அதை வெளிக்கொணர வேலை செய்வாரரேயன்றி, இன்றைக்குப் போதிய திறன் அவனிடம் இல்லையே என்று உதாசீனம் செய்ய மாட்டார்.

அவருடைய சீடர்கள் என்று சொல்லிக் கொள்பவர்கள் கிடைக்கும் ஒவ்வொரு வாய்ப்பையும் தங்கள் மாற்றத்துக்கும் வளர்ச்சிக்கும் பயன்படுத்திக் கொள்ளத் தயாராக இருக்க வேண்டும். முக்கியமாக எந்தச் சூழ்நிலை அவர்களுக்கு ஒத்துப் போகவில்லையோ, அதுதான் அவர்களை மாற்றுவதற்கான நல்ல சூழல். அதை விடுத்து, இப்படிச் செய், அப்படிச் செய் என்று குருவுக்கு நிபந்தனைகள் போடுபவர்களாக இருந்தால், அவர்களுக்குத் தங்கள் அதிகாரத்தைச் செலுத்துவதில்தான் ஆர்வம் இருக்கிறது. தங்கள் மாற்றத்தில் உண்மையான ஆர்வம் இல்லை என்றாகி விடுகிறது. அப்படிப்பட்டவர்கள் தங்களைச் சீடர்கள் என்று சொல்லிக் கொள்ளும் தகுதியே அற்றவர்கள். அவர்களுடன் நேரத்தை வீணடித்துக் கொண்டிருப்பதை விட அவர்கள் வெளியேறுவதற்கு அனுமதிப்பதே புத்திசாலித்தனம்.

# அவசரம், மிகவும் அவசரம்

சான்ஸு என்றொரு ஜென் குரு இருந்தார். அவர் மிகச் சிறந்த வாள் வீரர்.

அவரிடம் ஒரு புதிய சீடன் சேர்ந்தான். "இந்த நாட்டிலேயே முதன்மையான வாள் வீரனாக வேண்டும் என்று விரும்பி உங்களிடம் வந்திருக்கிறேன்" என்றான்.

"அதற்கென்ன, பத்து வருடங்களில் உன்னை தயார் செய்து விடுகிறேன்" என்றார், குரு.
"என்னது, பத்து வருடங்களா? ஐந்தே வருடங்களில் சாதிக்க வேண்டும். மற்றவர்களை விட இரண்டு பங்கு அதிகமாக உழைக்கத் தயாராயிருக்கிறேன்"
''அப்படியானால் இருபது வருடங்களாகும்''
சீடன் திகைத்தான். "போதாது என்றால், நான்கு பங்கு கடுமையாக உழைக்கிறேன்" என்றான்.
"அப்படிச் செய்தால், அறுபது வருடங்களாகுமே" என்றார், ஜென்குரு.

ஜென் கற்க முடியாதது. அனுபவிக்க மட்டுமே முடியும்.

சத்குருவின் விளக்கம்

புகழ் பெற்ற யோகி ஒருவரின் ஆசிரமத்துக்கு, ஒருநாள் உயரதிகாரி போல் தோற்றம் கொண்ட ஒருவர் பரபரப்பாக வந்தார்.

வந்ததும், வராததுமாக அவர் யோகியைச் சந்தித்து, "நான் ஒரு கம்பெனியில் உயர் அதிகாரியாகப் பணி புரிகிறேன். எனக்கு அமைதி என்பதே இல்லை. அந்த அமைதியை நீங்கள்தான் எனக்கு அளிக்க வேண்டும்.." என்று கூறினார்.

ஜன்னல் வழியே தூரத்தில் தெரிந்த மலைத்தொடரின் மேல் கண் பதித்திருந்த யோகி, "அதற்கென்ன. ஆகட்டும். மூன்று நாள் இங்கே தங்கியிருங்கள்.. என்ன பண்ண முடியும் என்று பார்க்கலாம்" என்று கூறினார்.

"என்னது மூன்று நாட்களா? முடியவே முடியாது. நான் யார் என்று தெரியுமா? இந்தியன் கம்பெனியின் பிரதான அதிகாரி. ஒரே நாளில் எனக்கு அமைதியை அளிக்கப் பாருங்கள். எவ்வளவு பணம் செலவானாலும் பரவாயில்லை.." என்று வந்தவர் சற்று உரத்த குரலில் கூறினார்.

யோகி தூரத்து மலைத் தொடர் மீதிருந்த தனது பார்வையை விலக்காமலேயே, "அப்படியானால் நீங்கள் இங்கே மூன்று வாரங்களுக்குத் தங்கியிருக்க வேண்டி வரும்" என்றார்..

"என்ன பேச்சு பேசுகிறீர்கள்? நான் சொன்னது உங்கள் காதில் விழுந்ததா இல்லையா? நான் மிகவும் பிஸியானவன் என்பதால் மூன்று நாட்களே இங்கே தங்கியிருக்க முடியாது என்றேன். இந்த உலகத்துக்கு நான் மிக முக்கியமானவன். நான் உண்மையிலேயே யார் என்று தெரியுமா?" என்று வந்தவர் படபடத்தார்.

யோகி தனது பார்வையைச் சற்றும் திருப்பாமல், "மூன்று மாதங்கள்!" என்றார்.

வந்தவர் எரிச்சல் அடைந்தார். "என்ன இது? முதலில் மூன்று நாட்கள் என்றீர்கள். இப்போது மூன்று மாதங்கள் என்கிறீர்கள். முட்டாள் யோகியே. நான் யாரென்று தெரியுமா?"

"மூன்று வருடங்கள்" என்றார் யோகி.

வந்த அதிகாரிக்கு இரத்தக் கொதிப்பு அதிகமாகிப் போனது. யோகியைப் பார்த்து அவர் தாறுமாறாகக் கூச்சலிடத் தொடங்கினார்.

யோகி இப்போது அவர் பக்கம் திரும்பினார். "நீங்கள் மூன்று பிறவிகளுக்காவது தொடர்ந்து இங்கே வரவேண்டியிருக்கும். எப்படியும் நீங்கள் யார் என்று உங்களுக்குத் தெரியாது என்று திரும்பத் திரும்பக்

கூறிக் கொண்டே இருக்கிறீர்கள். நீங்கள் யார் என்பது உங்களுக்குத் தெரியாதென்பதால், அதைத் தெரிந்து கொள்ள உங்களுக்குக் குறைந்தது மூன்று பிறவிகளாவது தேவைப்படும்" என்றார் யோகி அமைதியாக.

வாழ்க்கை என்பது நேரம் தொடர்பானதல்ல. குறிப்பிட்ட நேரம் கிடைத்தால் அதைக் கடுமையாகப் போராடிப் புரிந்து கொள்ள முடியும் என்பதல்ல. எந்த அளவு சுலபமாக வாழ்க்கையில் நீங்கள் நழுவி உங்களைப் பொருத்திக் கொள்கிறீர்கள் என்பது தான் முக்கியம்.

வாழ்க்கைக்கு மட்டுமல்ல, கலையின் எந்த வடிவத்துக்கும் இது பொருந்தும். உங்களை வருத்திக் கொள்ள, வருத்திக் கொள்ள, நீங்கள் நினைத்ததை அடைவதற்கு அதிக காலமாகும். கடுமையாக உழைப்பவர்கள் அதற்கான ஊதியம் பெறக்கூடும். ஆனால், சந்தோஷத்தை அனுபவித்திருக்க முடியாது. முழுமையை உணர்ந்திருக்க இயலாது.

உலகின் மிக அற்புதமான கண்டுபிடிப்புகள் விஞ்ஞானிகள் ஓய்வாக இருந்தபோது தான் நிகழ்ந்திருக்கின்றன.

போராடுவதால், சிறந்த பாடகராகவோ, ஓவியராகவோ, நாட்டிய நிபுணராகவோ மாறி விடமுடியாது. உழைப்பு அவசியம் தான். ஆனால், கடுமையாக உழைப்பதால் மட்டும் எதிலும் சிறந்து விளங்கி விட முடியாது. அது சாத்தியம் என்றால், இந்நேரம் உழைப்புக்கு அஞ்சாத கழுதைகளை மிகச் சிறந்த கலைஞர்களாக்கி இருக்கலாம்.

திறன் என்பது கலையை நீங்கள் எப்படிப் பற்றிக் கொள்கிறீர்கள் என்பதைப் பொறுத்திருக்கிறது. அதை விட அந்தக் கலை உங்களைப் பற்றிக் கொண்டு நீங்கள் அதில் கரைந்து போக முடிந்தால், நீங்கள் மிக மிகச் சிறந்த கலைஞராக விளங்குவீர்கள்.

வாழ்க்கையும் அப்படித் தான். அதைப் பற்றிக் கொள்ள விழைவதை விட வாழ்க்கை உங்களைப் பற்றிக் கொள்ள அனுமதியுங்கள். அற்புதங்கள் நிகழும்.

இதைத் தான் சான்ஸு அந்த சீடனுக்குப் புரிய வைத்தார்.

நிலவைத் திருடுங்கள்

ஒரு ஜென்துறவியின் குடிலுக்குள் புகுந்து விட்ட திருடனை சீடர்கள் பிடித்து இழுத்து வந்தனர். தங்கமோ, வெள்ளியோ, பணமோ திருடுவதற்கு எதுவும் கிடைக்காமல், அவன் அவருடைய தண்ணீர்க் குவளையைத் திருட முயன்று மாட்டிக் கொண்டான்.

"திருட வந்து விட்டு வெறும் கையுடன் போகாதே. இந்தா!" என்று துறவி தன் அங்கியைக் கழற்றிக் கொடுத்தார். அவன் அதைப் பறித்துக் கொண்டு ஓடிப் போனான்.

தாங்கள் பிடித்து வந்தவனைத் துறவி தப்பிக்க விட்டு விட்டாரே என்று சீடர்கள் வெகுண்டு பார்த்தனர்.

> நீ இல்லாத போது, இருப்பதே ஜென்.

துறவி வானத்தை அண்ணாந்து பார்த்தார். "ஐயோ பாவம்! அந்த நிலவை மட்டும் என்னால் அவனுக்கு வழங்க முடிந்திருந்தால், எவ்வளவு நன்றாயிருந்திருக்கும்!" என்றார்.

சத்குருவின் விளக்கம்

வாழ்க்கையின் மாபெரும் அற்புதங்கள் எப்போதுமே மனிதனுக்குக் கைக்கெட்டும் தூரத்தில் இருக்கின்றன. ஆனால், அவற்றை விட அவனுக்கு சிறு சிறு விஷயங்களிலேயே ஆர்வம் எழுகிறது.

பிரபஞ்சத்தையே உங்களுடையதாக்கிக் கொள்ள வாய்ப்பு இருக்கிறது. அதை கவனிக்காமல், தங்கம், வைரம் என்றெல்லாம் பெயர் வைத்து சிறு கற்களைச் சேகரிப்பதிலும், சிறு உலோகங்களைக் கைப்பற்றுவதிலுமே உங்கள் கவனம் போகிறது. எல்லையற்றதை உங்களுடையதாக்கிக் கொள்ள வாய்ப்பு இருக்கையில், நிலப்பகுதியின் சிறு சதுரங்களைக் கையகப்படுததிக் கொள்வதில் சந்தோஷப்பட்டுக் கொள்கிறீர்கள்.

அடுத்தவரை, உலகத்தை, ஏன் பிரபஞ்சத்தையே உங்களில் ஒரு பகுதியாக உணர முடியும். மனிதனுக்கு மட்டும் தான் இந்த உணர்வு வரமாகக் கிடைத்திருக்கிறது. இதை விழிப்பு உணர்வுடன் அனுபவிக்கத் தவறி விட்டு, களவாடுவதில் கவனம் வைக்கிறோம். மனிதர்களிடமிருந்து மட்டுமல்ல, இந்த பூமியிலிருந்தும் களவாடிக் கொண்டு தான் இருக்கிறோம். யார் அதிகமாகக் களவாடுகிறாரோ, அவரை வெற்றி கொண்டவராக வேறு அறிவித்து மகிழ்கிறோம்.

இப்படி அற்பமான அம்சங்களில் ஆர்வத்தையும் கவனத்தையும் சிக்க வைத்து விட்டு, அற்புதங்களையும், மகத்தான விஷயங்களையும் கை தவற விடுகிறோம்.

இந்த பூமிக்கு வந்திருப்பது முழுமையாக வாழ்வதற்காக. வாழ்க்கையின் ஆழத்தையும் அர்த்தத்தையும் அனுபவித்து உணர்ந்து வாழ்வதற்கு வந்து விட்டு, சிறு துணிகளிலும், பளபளக்கும் உடைமைகளிலும் மகத்துவத்தை எதிர்பார்த்தால், அது எப்படிக் கிடைக்கும்?

வாழ்க்கையை எந்த அளவு தீவிரத்துடன் நீங்கள் அணுகுகிறீர்கள் என்பது தான் அதை மேன்மை மிக்கதாக, மகத்துவம் மிக்கதாக ஆக்க முடியும். இதைச் சீடர்களுக்கு அடையாளம் காட்டுவது போல், நிலவே இருக்க, சிறு பொருட்களில் திருடன் சந்தோஷப்பட்டதை ஜென் துறவி சுட்டிக் காட்டுகிறார்.

உங்களிடம் பொருட்களோ, துணிமணிகளோ, செல்வமோ இருக்கக் கூடாது என்று சொல்லவில்லை. அவை பயன்படுத்தப்பட வேண்டியவை. வாழ்க்கையோ உணர்ந்து அனுபவிக்கப்பட வேண்டியது.

 # புத்தரைத் தேடியவன்

யாங்ஃபு என்ற இளைஞன் ஆன்மிகத்தில் சிறக்க விரும்பினான். தன் பெற்றோரை நீங்கி, குருவைத் தேடிப் புறப்பட்டான். ஊர் ஊராகப் போய்க்கொண்டே இருந்தான்.

ஒரு நாள் வழியில் ஒரு ஜென்குருவை சந்தித்தான். "எங்கே போகிறாய்?" என்று அந்த குரு அவனை வினவினார்.

"போதிசத்வர் என்னும் புத்த மத ஞானியைத் தேடிப் போகிறேன். அவரிடம் சீடனாக இருந்து யாவற்றையும் பயின்று ஆன்மிக ஞானம் அடையப்போகிறேன்." என்றான்.

ஜென் குரு புன்னகை செய்தார். "யாரோ போதிசத்வர் என்னும் புத்த குருவைத் தேடிப் போவதை விட நீ புத்தரையே சென்று

தேடுவதை நிறுத்து. இருப்பதை நோக்கு. ஜென் புலப்படும்.

சந்திக்கலாமே?'' என்றார், அவர்.

''என்ன? புத்தரையே சந்திக்கலாமா? உண்மையாகவா? அது முடியுமா சுவாமி?'' என்று யாங்ஃபு ஆர்வம் பொங்கப் பரபரத்தான்.

''ஏன் முடியாது. நிச்சயம் முடியும். நீ வீட்டுக்குத் திரும்பிப் போ. தோளில் போர்வை போர்த்தி, காலணிகளை மாற்றிப் போட்டுக் கொண்டு ஒரு நபர் உன்னை எதிர்கொள்வார். அவரே புத்தர்'' என்றார் அந்த குரு.

யாங்ஃபு அவசரமாக வீட்டை நோக்கித் திரும்பி விரைவாக நடந்தான். வழியில் எதிர்ப்படுபவர்களின் கால்களை எல்லாம் கூர்ந்து கவனித்தபடி சென்றான். காலணிகளை யாரும் மாற்றி அணிந்திருக்கவில்லை. பின்னிரவு நேரத்தில் வீட்டை அடைந்து கதவைத் தட்டினான்.

நீண்ட நாட்களுக்குப் பிறகு வீடு திரும்பிய மகனின் குரலைக் கேட்டு அவன் தாய் தூக்கத்திலிருந்து விழித்து அவசர, அவசரமாக ஒரு போர்வையைப் போர்த்திக் கொண்டு ஓடி வந்து கதவைத் திறந்தாள்.

மிகவும் தற்செயலாகத் தாயின் கால்களை கவனித்தான் யாங்ஃபு.

மகனை வரவேற்கும் பரபரப்பில், அவள் காலணிகளை மாற்றிப் போட்டுக் கொண்டு வந்திருந்தாள்.

அவளைப் பார்த்த கணத்தில் யாங்ஃபு ஞானம் பெற்றான்.

சத்குருவின் விளக்கம்

ஆன்மிகத் தேடுதல் என்பது கடவுளைத் தேடிப் போவது அல்ல. சொர்க்கத்தையோ, வேறு உலகத்தையோ வெளியே தேடிப் போவதல்ல. ஆன்மிகம் என்பது உள்ளே இருக்கும் ஆன்மா பற்றியது. உள்நோக்கிப் பார்த்தால்தான் புரிந்து கொள்ள முடியும்.

நமக்கு உள்ளே இருக்கும் விஷயத்தைத் தேடி உலகம் முழுவதும் சுற்றினாலும் அது வெளியே கிடைக்கவா போகிறது?

ஆன்மிகம் என்பது இந்த உயிரை முழுமையாகப் புரிந்து கொள்ளும் ஒரு நோக்கம். வெளிப்படையான உடலை மட்டும் புரிந்து கொள்வதாலோ, அல்லது மனதை மட்டும் புரிந்து கொள்வதாலோ வாழ்க்கை முழுமையாகாது. இது இரண்டையும் உருவாக்கும் சக்தி உங்களுக்கு உள்ளே இருக்கிறது. அதை உணர்ந்து கொள்ள காடு, மலை, கழனி என்று உலகம் முழுதும் சுற்றினாலும் பயனில்லை.

யாரோ ஒருவர் இங்கே பக்கத்து கிராமத்துக்கு வந்து விட்டு, "ஈஷா யோகா மையம் இன்னும் எவ்வளவு தூரம்?" என்று விசாரித்தார்.
அங்கே இருந்த பையன் சொன்னான்: "முப்பத்தஞ்சாயிரம் கிலோமீட்டர்"
"ஐயோ, அவ்வளவு தூரமா?"
"நீங்கள் இப்போது போகும் திசையில் போனால், அவ்வளவு தொலைவு. அப்படியே திரும்பி எதிர்த் திசையில் போனால், நான்கு கி.மீ தான்." என்றான், பையன்.

ஆன்மிகம் அப்படித்தான். திசை புரிந்து விட்டால், ஓர் அங்குலத் தொலைவு கூட இல்லை. உள்நோக்கிப் பார்த்துப் பழக்கமில்லாத நமக்கு, வெளியில் இருந்து திசை காட்ட ஒரு வழிகாட்டி தேவைப்படலாம். அதற்காக அவரைத் தேடி காட்டுக்கோ, மலைக்கோ தான் போக வேண்டும் என்ற அவசியம் இல்லை என்பதைத் தான் இந்த ஜென் கதை உணர்த்துகிறது.

பெண் துறவி

மடாலயத்தில் பிரம்மச்சாரிணியாக இருந்த அந்தப் பெண் ஒரு நாள் வாடிய முகத்துடன் குருவை அணுகினாள். அவளது முகவாட்டத்தைக் கண்டு ஜென் குரு அவளிடம் கருணையுடன் "என்னம்மா?" என்று வினவினார்.

பிரம்மச்சாரிணி மண்டியிட்டாள். ''நான் எவ்வாறு தயார்ப்படுத்திக் கொண்டால் அடுத்த பிறவியிலாவது என்னால் ஆண் துறவியாகப் பிறக்க முடியும்?" என்று குருவைப் பார்த்து ஏக்கத்துடன் வினவினாள்.

குரு அவளை யோசனையுடன் பார்த்தார். பின், "நீ எத்தனை நாட்களாக இங்கே பிரம்மச்சாரிணியாக இருக்கிறாய்?" என்று மென்மையாக வினவினார்.

"குருவே, அடுத்த பிறவியிலாவது ஆண் பிரம்மச்சாரியாகப் பிறக்க வாய்ப்புள்ளதா என்றுதான் கேட்டேன்.."

குரு கேட்டார். "இப்போது என்னவாக இருக்கிறாய்?"

"ஆன்மிகத்தை நாடும் பிரம்மச்சாரிணியாக"

"யாருக்குத் தெரியும்?" என்றார் குரு.

ஜென் நம்ப முடியாத அளவுக்கு இயல்பானது, இயற்கையானது.

சத்குருவின் விளக்கம்

இன்றைக்கு ஆண்களுக்கு இணையாக பெண்கள் எல்லாத் துறைகளிலும் சரிசமமாக இருக்கிறார்கள் என்றால், அது ஆண்களுடைய பெருந்தன்மையினாலோ, சுதந்திரப் போக்கினாலோ நேர்ந்து விடவில்லை. தொழில்நுட்பத்தின் உதவியால் நிகழ்ந்துள்ளது.

கார், பஸ், ரயில், விமானம் எல்லாம் கண்டுபிடிக்கப்படாத காலத்தில் சென்னையிலிருந்து கோயமுத்தூருக்குச் செல்ல வேண்டுமானால் ஒருவர் நடந்துதான் செல்ல முடியும். அல்லது ஒரு கழுதை மீதேறி வேண்டுமானால் செல்லலாம்.

இப்படிச் செல்வது ஆண்களுக்குச் சாத்தியமான விஷயமாக இருந்தது. ஆனால் ஒரு பெண்ணால், வழியில் இருக்கும் காடுகளையும், கள்ளர்கள், விலங்குகள் ஆகியவற்றால் ஏற்படும் ஆபத்துகளையும் கடந்து தன்னந்தனியாக கோயமுத்தூருக்குச் செல்வதென்பது நடக்காத விஷயம்.

இன்றைக்கோ காசு கொடுத்து டிக்கெட் வாங்கினால் ரயிலிலோ, விமானத்திலோ ஒரு பெண்ணால் வெகு எளிதாக ஆண்களைப் போலவே தன்னந்தனியாகக் கோவை செல்லமுடியும்.

தொழில்நுட்ப வளர்ச்சி காரணமாக, இன்றைக்கு ஆண்களுக்குச் சரிசமமாக பெண்களாலும் இந்த உலகத்தை அணுக முடியும்.

எதையாவது சாதிக்க வேண்டுமெனில் அது உங்களது புத்திசாலித்தனத்தாலும், மனதின் திண்மையாலும் மட்டுமே சாத்தியமாகிறதே தவிர உடல் வலிமையால் அல்ல.

எனவே எந்த இலக்கையும் எட்டுவது ஆணைப் போலவே பெண்ணுக்கும் இயலக்கூடிய ஒன்றுதான். கற்காலம் முதற்கொண்டு இன்று வரை இந்த உண்மையில் மாற்றமே கிடையாது.

இந்தத் தொழில்நுட்ப வசதிகள் இல்லாத ஜென்மடத்தில், இயல்பாகவே, உடல்ரீதியாக ஆண்கள் பெண்களை விட சற்று முன்னதாக இருப்பார்கள். அதனால், அந்த பிரம்மச்சாரிணி அடுத்த பிறவியிலாவது பிரம்மச்சாரி என்ற அந்தஸ்து தனக்குக் கிடைக்குமா என்று கேட்கிறார்.

அதாவது அவள் இந்தப் பிறவியிலேயே முக்தி பெற ஆசைப்படவில்லை. ஆண் பிரம்மச்சாரியாக ஆவதற்கு மட்டுமே ஆசைப்படுகிறாள்.

அவளுக்குத் தேவை ஆண் எனும் அந்தஸ்தே தவிர, தன்னைத் தானே அறிந்து கொண்டு முக்தியை எய்துவதல்ல.

''ஆன்மிகப் பயணத்தில், ஆண் என்றும், பெண் என்றும் எந்த பிரிவினையும் இல்லை. நீ பிரம்மச்சாரிணியாக இருப்பதாக நீயே உணரவில்லையே? வேறு யார் அப்படி அறியப் போகிறார்கள்? நீ தேடுவது பதவி உயர்வா, உன் ஆன்மாவுக்கு விடுதலையா? அந்தஸ்தில் உயர்வு என்றால், நீ எதுவும் உணராதவளாகிறாய். பிரம்மச்சாரிணியாக இருப்பதாகச் சொல்வதே அபத்தம்'' என்ற விளக்கம் தான் குருவின் வார்த்தைகளில் ஒளிந்திருக்கிறது.

பிரம்மச்சாரி ஆனால், அடுத்தது சந்நியாசி ஆவேனா? அதற்கடுத்து சீனியர் சந்நியாசி ஆவேனா என்று தான் கேட்கத் தோன்றும்.

''பிரம்மச்சாரிணிக்கான உடைகளை அணிந்து விட்டதாலேயே அதற்கான உணர்வு வந்து விடாது. நீ நாட வேண்டியது உன் அந்தஸ்தில் ஒரு மாற்றமல்ல. நீ நாட வேண்டியது முக்தி'' என்பதே குருவின் பதில்.

 ## சுமப்பதும், துறப்பதும்..

சிரிக்கும் புத்தர் என்று மக்களால் அழைக்கப்பட்ட ஹூய்தி தான் ஒரு ஜென் குருவாக ஆக வேண்டும் என்றோ, சீடர்களைச் சேர்க்க வேண்டுமென்றோ, நினைக்கவே இல்லை.

தானும் சிரித்து, மற்றவர்களையும் சிரிக்க வைத்து, அதையே ஒரு தியானம் போலச் செய்து வந்தார் அவர்.

எப்போதும் ஒரு பை தோளில் தொங்கிக் கொண்டிருக்கும் அதில் நிறைய இனிப்புப் பண்டங்கள் இருக்கும்.

இனிக்க இனிக்கப் பேசித் தம்மிடம் வரும் குழந்தைகளுக்கு இனிப்புகளை வாரி வழங்குவது அவர் வழக்கம்.

குழந்தைகள் அவருடன் சேர்ந்து கும்மாளமிட்டுக் கூத்தடிப்பார்கள். ஆனந்தமாய்ச் சிரித்து மகிழ்வார்கள்.

ஒருமுறை அவர் தெருக் குழந்தைகளுடன் சிரித்து விளையாடிக் கொண்டிருந்தபோது, அந்தப் பக்கமாக வந்த ஜென் குரு ஒருவர் அவரைப் பார்த்து, "ஜென் என்றால் என்ன?" என்று கேட்டார்.

தான் என்ற அகந்தை விழிப்புணர்வு இல்லாத நிலை. விழிப்புணர்வு என்பது அகந்தை அற்ற நிலை
- ஜென்.

ஹுய்தி, உடனே தம் தோளிலிருந்த பையைத் தூக்கித் தரையில் போட்டு விட்டு, அமைதியாக நின்றார்.

அதுதான் அவர் பதில்.

உடனே அந்த குரு, "ஜென்னின் நோக்கம் என்ன?" என்று கேட்டார்.

ஹுய்தி, கீழே கிடந்த பையை எடுத்துத் தோளில் போட்டுக் கொண்டு, திரும்பிப் பார்க்காமல் நடந்து சென்றார்.

சத்குருவின் விளக்கம்

நீங்கள் யோகாவில் சாதிக்க நினைத்தால், சட்டென்று உங்கள் பாரத்தைக் கீழே இறக்கிப் போடத் தயாராயிருக்க வேண்டும். பாரத்தைச் சுமந்து கொண்டு ஒரு போதும் மேன்மை நிலையை அடைய முடியாது. எப்போது இருப்பதைக் கீழே போடத் தயாராகி விட்டீர்களோ, அதற்கப்புறம் அது சுமையாக இருக்காது. அதனால், அதை மீண்டும் நீங்கள் சந்தோஷமாகத் தூக்கிக் கொள்ள முடியும்.

நாளைக்கு நான் போய் விட்டால், என் மனைவி என்ன ஆவாள்? என் கணவன் என்ன ஆவார்? என் குழந்தைகள் என்ன ஆகும்? எத்தனை கேள்விகள் உங்களிடத்தில்?

உண்மையில் யாருக்கும் எதுவும் நேர்ந்து விடாது. ஒரு சில முட்டாள்கள் வீறிடுவார்கள். ஒரு சில முட்டாள்கள் அழுவார்கள். அவர்களும் ஒரு நாள் இறந்து போவார்கள். சிலர் தங்கள் வாழ்நாளுக்காக செய்து கொள்ளும் ஏற்பாடுகளைப் பார்ததால், அவர்கள் இந்த பூமியில் நிரந்தரமாகத் தங்க வந்தவர்கள் போல் தோன்றும். அது வடிகட்டின முட்டாள்தனம்.

இதனால்தான் துன்பங்களும், புகார்களுமாக வாழ்க்கை தடுமாறுகிறது. அன்பு மட்டும் அல்ல, உங்கள் அழுகை, உங்கள் சிரிப்பு எல்லாமே, அடக்கப்பட்டு குறிப்பிட்ட அளவைத் தாண்டுவதில்லை. எல்லாச் செயல்களும் கணக்குகளின் அடிப்படையில் அமைகின்றன. கட்டாயத்தின் பேரில், இப்படிச் செயல் புரிகையில், செய்வது எல்லாம் சுமையாகத் தான் இருக்கும். விழிப்பு உணர்வோடு வாழ்கையில், அதே செயல்கள் எல்லாம் சுமையற்றவையாக மாறி விடும்.

இதைத் தான் ஹுய்தி மூட்டையைச் சுமப்பதிலும், கீழே போட்டதிலும், மீண்டும் எடுத்துச் சுமப்பதிலும் தெரிவித்தார்.

மௌனம் காத்த துறவிகள்

மௌன விரதம் மேற்கொள்வது ஒரு சிறந்த யோகப் பயிற்சி என்று கேள்விப்பட்ட நான்கு துறவிகள், அதை அனுசரித்துப் பயனடைவது என்று முடிவெடுத்தனர். ஏழு நாட்களுக்கு யாரும் ஒரு வார்த்தை கூட பேசாமல் தியானம் செய்வது என்று அவர்களுக்குள் ஓர் ஒப்பந்தம் செய்து கொண்டார்கள்.

ஆனால், இருக்கும் இடத்திலேயே இருந்து கொண்டு, வழக்கமாகச் செய்யும் காரியங்களையே செய்து கொண்டு, மௌனமாக இருப்பது கடினம் என்று தீர்மானித்த அவர்கள், அருகிலிருந்த காட்டிலிருக்கும் குகை ஒன்றுக்குச் சென்று, அங்கு தங்கி எந்த வித இடையூறும் இன்றி, சற்று கூட கவனம் சிதறாமல், மௌனப் பயிற்சியை மேற்கொள்ள முடிவெடுத்தனர்.

மரங்களிலிருந்து பழங்களை உண்டு பசியாறுவது, நதி நீரைப் பருகி தாகத்தைத் தணித்துக் கொள்வது என்றெல்லாம் தீர்மானித்துக் கொண்ட அவர்கள், வெளிச்சத்துக்காக மட்டும், மெழுகுவத்திகள் சிலவற்றை எடுத்துக் கொண்டு, அந்த குகைக்குச் சென்றனர். குகையில் பகலிலேயே இருள் சூழ்ந்திருந்தது. மையத்தில் மெழுகுவர்த்தியை ஏற்றி வைத்து விட்டு மௌனமாக அமர்ந்தார்கள்.

நான் என்ற அகந்தை, பரமாத்மாவிடம் கரைந்து விடுவதும், பரமாத்மா நானில் கலந்து விடுவதும், ஜென்னில் நிகழும் நிகழ்வுகள்.

வெளியிலிருந்து வீசிய காற்றில் மெழுகுவத்திச் சுடர் படபடத்தது.

'ஐயோ, மெழுகுவத்தி அணையப் போகிறது' என்றார் ஒருவர்.

'அட நாம் பேசக் கூடாது என்பதை மறந்தாயா?' என்றார் இரண்டாமவர்.

'எதற்காகத் தான் நீங்கள் பேசுகிறீர்களோ?' என்றார் மூன்றாவது துறவி.

'ஹா, ஹா! நான்தான் எதுவும் சொல்லவில்லை' என்றார் நான்காவது துறவி.

▶ சத்குருவின் விளக்கம்

நான்காவது துறவி தான் இருப்பதிலேயே மோசமானவர்.

மவுனமாக இருக்கப் போவதாக நான்கு துறவிகளும் தங்களுக்குச் சொல்லிக் கொண்டாலும், அதைக் கலைப்பதற்கு உலகையே அதிர வைக்கும் நிகழ்வு எதுவும் நடந்து விடவில்லை. ஒரு மெழுகுவத்தியின் படபடப்பு போதுமானதாக இருக்கிறது.

உங்கள் மனது அதற்குப் பழக்கப்பட்ட சில கட்டாயங்களைத் தாண்டிச் செல்வது சுலபமல்ல. வெறும் முயற்சி மட்டும் அதற்குப் போதாது. முழுமையான விழிப்பு உணர்வும், குருவின் மேன்மையான ஆசிகளும் அதற்குத் தேவை.

உங்கள் இறந்த காலத்திலிருந்து சேகரிக்கப்பட்ட ஏராளமான பதிவுகள் தாம் மனதை ஆள்கின்றன. இதைத் தான் நாம் கர்மா என்கிறோம். வெளிப்படையான எதிரியைச் சமாளிக்கலாம். உள்ளிருந்து வேலை செய்யும் உளவாளியை என்ன செய்வீர்கள்? மனதில் சேகரிக்கப்பட்ட பழைய பதிவுகள் உள்ளிருந்து கொண்டு, எதிராக வேலை செய்யும். அவற்றிலிருந்து உங்கள் மனதை விடுவிப்பது எளிதான வேலை அல்ல.

வேறு யாராவது பிடித்து வைத்திருந்தால், நீங்கள் வெளியே வந்துவிடலாம். இது நீங்களே கவனமில்லாமல் பூட்டிக் கொண்ட சிறை. அந்தச் சிறை மீது பற்று வேறு வைத்து விட்டீர்கள். வெளியே வருவது எப்படி எளிதாக இருக்க முடியும்?

கரடுமுரடான மலையில் ஏறுவதை விட கடினமான வேலை அது. இங்கே தான் வெளியிலிருந்து உதவி தேவைப்படுகிறது. அதை குருவால் தான் தர முடியும்.

இசை என்றால் இசை!

ஜென்னைப் பற்றி மிகவும் சிறப்பாகக் கேள்விப்பட்ட ஒருவர், அதைப் பற்றித் தெரிந்து கொள்ளும் ஆவலில் பலரிடம் சென்று விசாரித்தார்.

'அது மிகவும் உயர்ந்த தத்துவம்' என்றர் ஒருவர். 'ஜென் என்பது ஒரு வாழக்கை முறை. அவ்வளவு தான்' என்றார் மற்றொருவர். 'அது ஞானத்தின் திறவுகோல்' என்றார் இன்னும் ஒருவர்.

'கண்டவர்களிடம் கேட்டு ஏன் இப்படி குழம்பிப் போகிறாய்? ஜென் குரு ஒருவரை அணுகிப்பார்' என்றார் ஒரு நண்பர் இறுதியில். 'அது தான் சரி' என ஜென்குரு ஒருவரிடம் போய்ச் சேர்ந்தார் அவர்.

இசைக்கருவி ஒன்றை வாசிப்பதில் மூழ்கி இருந்தார் குரு. 'ஜென் என்றால் என்ன?' என்று வேண்டினார் வந்தவர்.

இசைக்கருவியிலிருந்து தவழ்ந்து வந்த அற்புதமான இசையில் கண்மூடி லயித்திருந்த குருவிடம் எந்த ஒரு சலனமும் காணப்படவில்லை.

அவரைத் தேடி வந்த நபர் வெகுநேரம் காத்திருந்து, பொறுமையை இழந்தார். பின்னர்

> நோக்கம் எதுவும் இல்லாதது வாழ்க்கை. வாழ்வது மட்டுமே அதன் நோக்கம்! இதுதான் ஜென் சொல்லும் வாழ்வியல்.

குருவிடம், "குருவே, நீங்கள் வாசித்த இசைக்கு விளக்கம் என்ன என்றாவது சொல்ல முடியுமா?" என்று கேட்டார்.

குரு ஒரு வார்த்தை கூட பேசவில்லை. துவக்கத்திலிருந்து அதே இசையை மறுபடி வாசித்துக் காட்டினார்.

"இது தான் விளக்கம்" என்றார்.

சத்குருவின் விளக்கம்

வாழ்க்கை என்பதற்கும், உயிர் என்பதற்கும் நேரடியான அர்த்தத்தைத் தேடிப் போனால், கற்பனையில் தான் போகும் மனம்.

உயிரை ஐம்புலன்களால் உணர முடியாது. அதைப் பார்ப்பதற்கு உருவம் கிடையாது, கேட்பதற்கு ஒலி கிடையாது. ருசிப்பதற்கு சுவை புரியாது. நுகர்வதற்கு வாசம் தெரியாது. நாமாக அதை இப்படி, அப்படி என்று கற்பனை தான் செய்து கொள்ள முடியும்.

உயிரை உணர வேண்டும் என்றாலும், ஜென்னை உணரவேண்டுமென்றாலும், அதனுடன் ஈடுபாடாக இருக்க வேண்டும். இசையும் அப்படித் தான். அதனுடன் ஒன்றி ஈடுபாடாக இருந்தால், அது நமக்குப் புரியும். அதற்கு ஏதாவது அர்த்தம் புரிந்து விட்டதாக நினைத்தாலும், அது எல்லாமே நீங்கள் உருவாக்கிய அர்த்தம் தான். வார்த்தைகளில் அர்த்தம் தேடினால், மனம் இஷ்டத்துக்குக் கற்பனை செய்து கொள்ளும்.

ஒரு இலை இருக்கிறது. அதற்கு என்ன அர்த்தம்? ஒரு பூ இருக்கிறது. அதற்கு என்ன அர்த்தம்? அதற்கெல்லாம் அர்த்தம் ஒன்றும் கிடையாது. நீங்களாக ஏதோ சிந்தனை பண்ணி, இது தான் அர்த்தம் என்று ஒரு முடிவுக்கு வருகிறீர்கள். நீங்கள் கற்பனை பண்ணியதற்கும், உண்மைக்கும் எந்தத் தொடர்பும் கிடையாது.

பிரச்சினை என்னவென்றால், நாம் மனதின் கற்பனையில் (psychological reality) தான் வாழ்கிறோம். மனிதன் ஏதாவதொரு பாதிப்புக்கு உள்ளாவதற்கு இதுதான் அடிப்படை. உங்கள் உயிர் மட்டுமல்ல, உலகத்தில் எல்லா உயிர்களும் பிரமாதமாகத் தான் இயங்கிக் கொண்டிருக்கின்றன. ஆனால், அதற்கெல்லாம் அர்த்தம் தேடிக்

கொண்டிருக்க முடியாது. வாழ்க்கையை மிக ஆழமாக ரசித்தால், அது என்னவென்று புரியும்.

வாழ்க்கையில் முழுமையாக ஈடுபடாமல், வாழ்க்கையை அனுபவித்து ரசிக்காமல், வாழ்க்கையை ஆழ்ந்து உணராமல், வாழ்க்கை என்றால் என்ன என்று அர்த்தம் தேடினால் வறட்டுத் தத்துவம் தான் வரும்.

இசையும் அப்படித்தான். அதில் ஒன்றிப் போய் ரசித்துக் கேட்கலாம். மற்றபடி அர்த்தம் என்னவென்று கேட்டால், கற்பனையாக ஏதாவது ஒரு கதை சொல்ல வேண்டி வரும். தரிசாகிப் போன தத்துவம் ஒன்றை உருவாக்கிச் சொல்ல வேண்டி வரும். அப்படிச் செயல்பட விரும்பாத ஜென்குரு, மறுபடி இசையை வாசித்து, கேட்பவனுக்கு இன்னொரு வாய்ப்பு தந்தார். அவ்வளவுதான்!

உலகம் பிறந்தது எனக்காக

பயத்தின்
விளைவாக
அல்ல;
அன்பின்
காரணமாக,
ஆனந்தத்தின்
வெளிப்பாடாக
விளங்கட்டும்
உன்
செயல்கள்.
- ஜென்

ஒரு குளக்கரையில் ஒரு தவளைக் குடும்பம் மகிழ்ச்சியாக வாழ்ந்து கொண்டிருந்தது.

தண்ணீர் இருந்தது. பசுமை இருந்தது. சாப்பிடப் பூச்சிகள், புழுக்கள் ஏராளமாக இருந்தன.

பெரிய தவளைகளும் குட்டித் தவளைகளும் ஆனந்தமாக ஆடிப் பாடி மகிழ்ந்து கொண்டிருந்தன.

"இதெல்லாம் நமக்காகத்தானே அம்மா?" என்று குட்டித் தவளை, தாயிடம் கேட்டது.

"ஆமாம். எல்லாப் புழுப்பூச்சிகளும் நமக்காகத்தான்." என்றது தாய்த் தவளை.

'ஆகா' என்று அவற்றைப்

பிடித்துத் தின்று விட்டுப் பாட்டுப்பாடின குட்டித் தவளைகள். கொண்டாட்டமாகக் குதித்தன.

எல்லாம் சேர்ந்து கச்சேரி செய்து கொண்டிருந்தபோது ஒரு பாம்பு மெதுவாக வந்தது.

ஒரு தவளைக் குஞ்சை சலபக்கென்று பிடித்து விழுங்கிவிட்டது.

அதைப் பார்த்துக் கொண்டிருந்த மற்ற குட்டித் தவளைகள் அலறியடித்துக் கொண்டு தம் தாயிடம் ஓடின.

ஆபத்து இருப்பதை அப்போதுதான் அவை உணர்ந்தன.

"அம்மா! தம்பியை ஒரு பாம்பு பிடித்து சாப்பிட்டு விட்டது." என்று பயந்த குரலில் கூறியது ஒரு குட்டித் தவளை.

பயந்து போன குட்டித் தவளையிடம் அம்மா சொன்னது: "பாம்புகள் இருப்பதும் தவளைகளுக்காகத் தான்''

சத்குருவின் விளக்கம்

மரணம் என்ற முடிவை ஏற்க முடிந்தவர்களால் தான் வாழ்க்கையை முழுமையாக ரசிக்க முடியும். எந்த நேரம் வேண்டுமானாலும் நிறுத்தத்துக்கு வரலாம் என்பது தெரிந்திருந்தால் தான், ஒவ்வொரு சுவாசத்தின் மதிப்பையும் உணர்ந்து அனுபவிக்க முடியும். உண்ணும் ஒவ்வொரு கவளத்தையும் சுவைத்து உண்ண முடியும். அருந்தும் ஒவ்வொரு துளி நீரையும் ரசித்து அருந்த முடியும்.

பதினெட்டு வயதில் சாப்பிட்ட அளவு நாற்பதில் சாப்பிட முடியாது. நாற்பதில் இறங்கிய அளவு அறுபதில் இறங்காது. இதை முழுமையாக உணர்ந்திருந்தால் தான், இப்போது கிடைத்திருப்பது எதுவும் நிலைத்திருக்காது என்பதை அறிந்திருந்தால் தான், அதை ஆழமாக ரசிக்க முடியும். முடிவில்லாமல் இது தொடர்ந்து கொண்டே இருக்கும் என்று இருந்தால், எதற்கும் அர்த்தம் இல்லாமல் போய் விடும்.

நீங்கள் நடக்கும் மண், உங்களைத் தழுவிச் செல்லும் தென்றல், உங்கள் மீது விழும் மழைத்துளி, உங்களை வெளிச்சமிட்டுக் காட்டும் சூரியன் எல்லாமே உங்களைப் பொறுத்தவரை தாற்காலிகமானவை தான் என்பதை அறிந்திருந்தால் மட்டுமே அவற்றின் மதிப்பை நீங்கள் பூரணமாக உணர முடியும். ஆனந்தமாக அனுபவிக்க முடியும்.

எந்த பூமி புசிப்பதற்கு உங்களுக்கு உணவு தந்து கொண்டிருக்கிறதோ, அதே பூமி ஒரு நாள் உங்களையே சாய்த்து, உணவாகப் புசிக்கப் போகிறது. இந்தச் சுழல் தவிர்க்க முடியாதது என்பதை மனிதனைத் தவிர வேறு எந்த உயிராலும் புரிந்து கொள்ள முடியாது. வாழ்க்கையை விழிப்பு உணர்வு என்ற ஜன்னல் மூலம் பார்க்கும் திறன் மனித இனத்துக்கு மட்டுமே வழங்கப்பட்டிருக்கிறது.

இந்தச் சுழலில் சிக்கியிருக்கும் வரை, எந்த இலக்கையும் எட்ட முடியாமல், ஒரே இடத்தில் வட்டமடித்துக் கொண்டே இருக்க நேரும் என்பதை விளங்கிக் கொண்டால் தான், அதை உடைத்து வெளியேற வேண்டும் என்ற தேடல் பிறக்கும். இயல்பாகவே ஆன்மிகத்துக்கான விழிகள் திறக்கும்.

உண்பது, நடப்பது, சுவாசிப்பது போன்ற அடிப்படையான அம்சங்கள் மூலம் உங்களுக்குக் கிடைக்கும் மென்மையான உணர்வுகளை கவனிக்கத் தவறி விட்டீர்களென்றால், வாழ்க்கையின் மிகப் பெரும் அம்சங்களையும் நீங்கள் நிச்சயம் தவற விடுவீர்கள் என்பதில் சந்தேகமில்லை.

புத்தன் என்பவன் யார்?

அந்த இளைஞன் ஆன்மிகத்தில் மிகவும் ஈடுபாடு கொண்டவன். எப்படியாவது ஞானத்தை அடைந்து விடவேண்டும் என்ற குறிக்கோளுடன் குரு ஒருவரிடம் சீடனாகச் சேர்ந்தான்.

நாள்தோறும் ஆலயங்கள், இறைத் தொண்டர்களின் ஆசிரமங்கள், அடியார்கள் கூடும் இடங்கள் ஆகியவற்றை நாடிச் செல்வது, அங்கு நடைபெறும் சத்சங்கங்களில் பங்கு கொள்வது, பல அறிஞர்களின் உரைகளைக் கேட்டு அனுபவிப்பது, நூலகங்களுக்குச் சென்று சமயத்துறை சார்ந்த புத்தகங்களைப் படிப்பது, முற்றும் அறிந்த ஞானிகளின் வாழ்க்கை வரலாறுகளைப் பற்றி அறிந்து கொள்வது, என அவனது பொழுதுகள் கழிந்து வந்தன.

ஜென் வழியில் வாழ்பவனை புகழோ, அவதூறோ ஒன்றும் செய்யாது.

அவை அனைத்தின் பயனாக ஆன்மிகத் துறையில் அவனது அறிவு விரிவடைந்து கொண்டே வந்தது.

தினசரி இரவில் இருப்பிடத்துக்குத் திரும்பி, உணவை முடித்துக் கொண்டு, படுக்கையில் தலை சாய்த்ததும், அன்றைய பொழுதில் குருநாதரிடமும், பிறரிடமும் கேட்ட பலவற்றைப் பற்றி அவன் மனம் அசை போடத் துவங்கும்.

சிந்திக்க, சிந்திக்க, அன்றைய பொழுதில் கேட்ட போதும், படித்த போதும் புரியாத பல விஷயங்கள் மெதுவாக புரியத் தொடங்கும். தோன்றாத பல அர்த்தங்கள் தோன்றத் தொடங்கும்.

மெதுவாக 'ஆன்மிகத்தில் எனக்கு உள்ள அறிவும், ஞானமும் வேறு யாருக்கு உள்ளது?' என்ற செருக்கு அவன் உள்ளத்தில் முளை விட்டு அவனை ஆக்கிரமிக்கவும் தொடங்கியது.

ஒருநாள் அவன் "புத்தர் என்றால் என்ன?" என்று குருவிடம் கேட்டான்.

குரு சொன்னார்: "நெருப்பைத் தேடும் அக்னி தேவன்"
சீடன் புரிந்து விட்டதாகக் குதித்தான்.

"என்ன புரிந்து கொண்டாய்?"
" 'நீயே ஒரு புத்தர். புத்தரை எதற்காக வெளியே தேடுகிறாய்?' என்பது தானே விளக்கம்?"
"அடடா.. நீ சரியாகப் புரிந்து கொள்ளவில்லையே" என்றார், குரு.
சீடன் குழம்பினான்.
"பின் இதற்கு என்ன தான் அர்த்தம், குருவே?"
"நெருப்பைத் தேடும் அக்னி தேவன் தான் புத்தர் என்பது தான் விளக்கம்" என்றார், குரு.

சத்குருவின் விளக்கம்

ஆன்மிக வழி என்பதே இப்படி ஆகி விட்டது. நமது உள்தன்மையை நாம் உணர்வதற்குப் பத்துப் புத்தகங்களைப் படிக்கிறோம். 100 பேரைப் போய் கேட்கிறோம். 1000, 2000 வருஷத்துக்கு முன்னால் யாரோ சொன்னதாகச் சொல்வதை எல்லாம் கேட்டு ஆன்மிகத்தைப் புரிந்து கொள்ள முயல்கிறோம். ஆயிரக்கணக்கான வருடங்களுக்கு முன்னால் செத்துப் போனவர்களுடைய உயிர்களைப் பற்றிப் புரிந்து கொண்டு என்ன ஆகப் போகிறது? இப்போது இருக்கும் உங்களுடைய உயிரைப் புரிந்து கொள்வதல்லவா ஆன்மிகம்?

நானே இங்கே உயிராக உட்கார்ந்திருக்கிறேன். ஆனால், அதை முழுமையாக உணராமல் இருக்கிறேன். இதை எப்படி உணர்வது என்று கேட்டால், அதற்கு ஒரு குருவின் வழிகாட்டுதல் வேண்டுமானால் தேவைப்படலாம். தத்துவங்களோ, போதனைகளோ அல்ல.

உயிரைப் புரிந்து கொள்ள உயிரே ஆர்வப்படுவதால் தான் அக்னி தேவன் நெருப்பைத் தேடுவது என்று குரு சொல்கிறார். ஆனால், அதைத் தத்துவமாக, வாக்கியத்தின் அர்த்தத்தைப் புரிந்து கொள்வது உயிரைப் புரிந்து கொள்வது ஆகாது.

உயிர் உயிரைப் புரிந்து கொள்ள ஆர்வப்படுவதும், ஆன்மா ஆன்மாவைப் புரிந்து கொள்ள ஆர்வப்படுவதும் தான் ஆன்மிகம். இதற்கு எவ்வளவு நேரம் தேவைப்படும்? அற்ப நேரம் கூட அதிகம் தான்.

பின்னர், ஏன் அது சுலபமாக நிகழ்வதில்லை?

பகல் வெளிச்சத்தில், உங்களுக்கு முன்னால் நிழல் நீண்டிருக்கிறது என்று வைத்துக் கொள்வோம். அதை முந்திக் கொண்டு நீங்கள் செல்ல முயன்றால், என்ன ஆகும்? உயிரைக் கொடுத்து எத்தனை வேகம் கூட்டி நீங்கள் முயன்றாலும், அது நிறைவேறப் போவதில்லை. தத்துவங்கள், போதனைகள் இவற்றில் சிக்கி ஆன்மிகத்தைப் புரிந்து கொள்ளப் பார்ப்பது இப்படித்தான்.

உபன்யாசகர், போதகர், பாதிரியார் இவர்களுடைய வார்த்தை ஜாலத்தில் சிக்கிப் போனால், ஆன்மிகம் புரிபடாது.

முக்தியின் பாதை

'ஞானத்தை அடைந்து, பரமானந்தத்தில் திளைக்க வேண்டும்' என்ற பேரவா கொண்ட இளைஞன் ஒருவன் இருந்தான்.

"முக்தியை அடையும் வழி என்ன?" என அவன் பலரிடமும் சென்று வினவினான்.

"எல்லாப் பாதைகளும் புத்தரின் ராஜ்யத்துக்குத்தான் போய்ச் சேரும். ஆனால், ஒரு குறிப்பிட்ட பாதை முக்தியின் வாசலுக்கே நேரடியாக அழைத்துச் செல்லும். அது பற்றி அந்த ஜென் குருவுக்குத் தான் தெரியும். அவரிடம் செல். அவர் உனக்கு வழி காட்டுவார்" என்று அவன் கேள்வி கேட்டவர்கள் அனைவரும் ஒரு புகழ் பெற்ற ஜென் குருவின் பெயரைக் குறிப்பிட்டு அவரிடம் செல்லுமாறு கூறினார்கள்.

அந்த இளைஞன் அந்த ஜென் குருவின் மடாலயத்தை வந்தடைந்தான். குருவின் பாதங்களில் பணிந்தான்.

"குருதேவா. என்னை உங்களிடம் சமர்ப்பித்துவிட்டேன். எது வழி என்று எனக்குச் சொல்லுங்கள்.." என்று பணிவுடன் கேட்டான்.

கணத்துக்குக் கணம், முழுமையாக வாழ்வதே ஜென்.

"மதில் சுவருக்கு வெளியே.." என்றார் குரு.

குரு தனது கேள்வியைச் சரியாகப் புரிந்து கொள்ளவில்லையோ என்ற சந்தேகம் சீடனுக்கு ஏற்பட்டது.

"குருவே. மதில் சுவருக்கு வெளியே உள்ள பாதையைப் பற்றிக் கேட்கவில்லை. நான் கேட்டது பெருவழியை.."

"அதுவா? தலைநகரத்துக்குப் போகும் வழிதான்! தெரியாதா உனக்கு?"

"அதில்லை குருதேவா. எல்லாப் பாதைகளும் புத்தரின் ராஜ்யத்துக்குத் தான் போய்ச் சேரும். ஆனால், ஒரு குறிப்பிட்ட பாதை முக்தியின் வாசலுக்கே நேரடியாக அழைத்துச் செல்லும் என்றும் அந்தப் பாதை பற்றி உங்களுக்கு நன்றாகத் தெரியும் என்றும் நான் விசாரித்த அனைவரும் சொல்கிறார்கள். அந்தப் பாதைதான் எங்கே துவங்குகிறது என்று கேட்டேன்."

"அந்த வழியா?" என்று கேட்ட குரு சீடன் நின்ற இடத்தைச் சுட்டிக் காட்டினார். ''இங்கே!'' என்றார்.

சத்குருவின் விளக்கம்

நீங்கள் முக்திக்குப் போவதானாலும் சரி, மும்பைக்குப் போவதானாலும் சரி, பயணத்தை எங்கே தொடங்க முடியும்? இப்போது எங்கே இருக்கிறீர்களோ, அங்கேயிருந்துதானே புறப்பட முடியும்? அதை விடுத்து, முக்திக்கான பாதை வேறு எங்கோ துவங்குவதாகக் கற்பனை செய்தால்,

அந்த மாயையில் சிக்கிப் போவீர்கள். எந்தப் பயணமானாலும், இப்போது எங்கே இருக்கிறோமோ அங்கேயிருந்து தான் துவங்க முடியும்.

இவ்வளவு யுகங்கள் மனிதன் இங்கே வாழ்ந்து இருந்தாலும், இந்த அடிப்படையைப் புரிந்து கொள்ளாமல் இருப்பதால்தான் மனிதன் வளர்ச்சி இல்லாமல் இருக்கிறான். கற்கால மனிதனுக்கு எப்படி கோபம் வந்ததோ, அப்படித்தானே இன்றைய மனிதனுக்கும் வருகிறது? வெளியேதானே சூழ்நிலைகள் மாறின? ஆயுதங்கள்தானே மாறியிருக்கின்றன? அடிப்படை மாறவேயில்லையே?

கோபம் என்ற அற்ப உணர்ச்சியால் என்னென்ன பாதிப்புகள் வந்தன, எவ்வளவு அசிங்கங்கள் நடந்தன, எத்தனைத் துன்பங்கள் நேர்ந்தன என்பதைக் கவனித்து வந்தும், அந்த சிறு உணர்ச்சியைத் தாண்டிப் போவது எப்படி என்று கூட இன்னும் நமக்குப் புரியவில்லையே?

ஏன் இந்த நிலை? இப்போதிருக்கும் இடத்தை விட்டு நாம் புறப்படத் தயாராக இல்லை. நிற்கும் இடத்தை கவனிக்காமல், அடுத்த வீதியில் இருந்து புறப்பட வேண்டும் என்று திட்டமிட்டால், பயணம் நேராது. கற்பனை உலகத்திலேயே சுற்றிக் கொண்டிருப்போம்.

இருக்கும் இடத்தை விட்டு ஓரடி கூட நகராமல், முக்தி கேட்டால் எப்படிக் கிடைக்கும்? ஆன்மிகப் பயணம் மட்டுமல்ல, அடுத்தத் தெருவுக்கான பயணம் கூட நேராது.

நம் நோக்கம் எதுவாக இருந்தாலும், இப்போது எங்கே இருக்கிறோமோ, அங்கேயிருந்து முதல் அடி எடுத்து வைத்தால்தான், அடுத்த அடி, அதற்கடுத்த அடி என்று ஒரு பயணம் நிகழும்.

இதைத் தான் ஜென்குரு சீடனுக்குச் சுட்டிக் காட்டுகிறார்.

இறைச்சியும், ஞானமும்

தெய்வபக்தி மிக்க சஜ்ஜனகர் என்பவர் பிழைப்புக்காகத் தன் குலத்தொழிலான இறைச்சி வியாபாரம் செய்து வந்தார். தொழிலில் நேர்மையைக் கடைப்பிடித்தார். சாதுக்களை உபசரித்து எளிமையான வாழ்க்கை நடத்தி வந்தார்.

ஒரு நாள் அவரது கடை வழியாகச் சென்று கொண்டிருந்த அந்தணர் ஒருவரது பார்வை, இறைச்சியை எடை போட சஜ்ஜனகர் தராசில் உபயோகப்படுத்தி வந்த கல்லின் மீது விழுந்தது.

பூஜிப்பதற்கு உரிய, புனிதமான சாளக்கிராமக் கல்லாக அது இருந்ததைக் கண்டு திடுக்கிட்ட அந்தணர், 'அடேய் பாவி! கொலைத் தொழிலைச் செய்யும் நீ, இறைவனின் வடிவாகவே விளங்கும் இந்த சாளக்கிராம மூர்த்தியை வைத்திருப்பது பெரும் பாவமாகும்' எனக் கூறி சாளக்கிராமக் கல்லை சஜ்ஜனகரிடமிருந்து வாங்கிச் சென்றார்.

மாசுபட்டிருந்த அந்தக் கல்லைப் புனிதப்படுத்தி, தினமும் பூஜித்து வரத் தொடங்கினார்.

> ஜென்னைப் புரிந்து கொள்ள, ஜென் குருமார்களின் வாழ்க்கைதான் ஆதாரம்.

சில நாட்கள் கழிந்தன. ஒருநாள் இரவு அந்தணர் கனவில் இறைவன் தோன்றினார். 'சஜ்ஜனகனிடம் ஆனந்தமாக இருந்து வந்த என்னை இங்கு ஏன் கொண்டு வந்தாய்? இங்கு இருக்க எனக்கு விருப்பமில்லை. உடனே என்னை அவனிடம் ஒப்படைத்து விடு' என ஆணையிட்டார்.

அந்தணர் உடனே சஜ்ஜனகரிடம் ஓடிச் சென்று, அவர் பாதம் பணிந்து, இறைவனின் விருப்பத்தைக் கூறி, சாளக்கிராமக் கல்லை அவரிடம் ஒப்படைத்தார்.

இதே இறைச்சிதான் ஜென் துறவி ஒருவர் ஞானம் அடையவும் காரணமாக இருந்தது.

ஒரு ஜென் துறவி கடைத்தெரு வழியே நடந்து கொண்டிருந்தார். இறைச்சி விற்கும் கடையில் வாடிக்கையாளர்கள் கூடியிருந்தனர்.

ஒரு வாடிக்கையாளர் கடைக்காரனிடம் கேட்டுக் கொண்டிருந்தது ஜென் துறவியின் காதில் விழுந்தது.

"பன்றி இறைச்சி கொடு. எது இருப்பதிலேயே முதன்மையான பகுதியோ, அதிலிருந்து வெட்டிக் கொடு"

கடைக்காரன் இப்படி பதில் சொன்னான்: "இந்த இறைச்சியில் எது முதன்மையான பகுதி இல்லை?"

இதைக் கேட்ட ஜென் துறவி ஞானம் அடைந்தார்.

சத்குருவின் விளக்கம்

ஞானம் அடைவதற்கு இரண்டு வழிகள் இருக்கின்றன. ஒன்று எல்லாமே புனிதம் என்று பார்ப்பது. இரண்டாவது எல்லாமே அசிங்கம் என்று பார்ப்பது.

யோக மார்க்கத்தில் இருக்கும் ஒரு குறிப்பிட்ட குழுவைச் சேர்ந்த யோகிகள் எல்லாவற்றையும் அசிங்கம் என்றே முத்திரையிடுகிறார்கள். காலையில் எழுந்த மாத்திரத்திலேயே அவர்கள் பார்ப்பவற்றை எல்லாம் திட்ட ஆரம்பித்து விடுவார்கள். சூரியனை, செடியை, பூமியை அதைப் படைத்தவனை, ஷிவாவை, அவன் உறவினர்களாகக் கருதப்படும் கடவுளர்களை என்று காண்பவற்றை எல்லாம் வாய்க்கு வந்தபடி வசைபாடுவார்கள்.

இப்படி எல்லாவற்றையும் கேவலமாக, அசிங்கமாகப் பார்ப்பதிலும் பாரபட்சமற்ற தன்மை இருக்கிறது. அதனால், அவர்களுக்கும் ஞானத்துக்கு வழி உண்டு. ஆனால், சுற்றியுள்ளவற்றை மதிக்கத் தயாராக இல்லாதவர்கள் சமூக அமைப்பில் பொருந்தி இருக்க முடியாது. எனவே அவர்கள் தனிமையில்தான் வாழ வேண்டியிருக்கிறது.

எல்லாவற்றையும் புனிதமாகப் பார்ப்பதிலும் ஒரு பாரபட்சமற்ற தன்மை இருக்கிறது. அந்த விதத்திலும் ஞானம் அடையலாம். ஆனால், எல்லாவற்றையும் புனிதமாகப் பார்ப்பது மிகக் கடினமான வேலை. ஒருவரைப் பார்க்கையில் அவருடைய குறைபாடுகள்தாம் உடனடியாக உங்களுக்குப் புலப்படும். அவருடைய மேன்மையான குணங்கள் கண்ணுக்குத் தட்டுப்படாது.

மனம் என்பது எல்லாவற்றையும் பிரித்துப் பிரித்துப் பார்த்துப் பழகி விட்டது. பிரித்துப் பார்க்கும் மனநிலை உள்ள ஒருவருக்கு ஞானம் கிடைக்கவே

வாய்ப்பு இல்லை. புனிதம் என்றும், அசிங்கம் என்றும் பாகுபாடு எதையும் காட்டாதவர்கள்தாம் அதற்குத் தகுதி உள்ளவர்களாகிறார்கள்.

'பன்றி இறைச்சியில் இந்தப் பகுதி ருசியாக இருக்கும். இதில் அவ்வளவு ருசி இருக்காது' என்று இறைச்சி விற்பவன் பாகுபாடு பார்க்கத் தயாராக இல்லை. இதை கவனிக்கும் ஜென் துறவிக்கு, இந்தப் பிரபஞ்சத்தில் மேன்மையற்ற அம்சம் என்று எதுவும் இல்லை என்பது சடாரென்று உறைக்கிறது. ஒவ்வோர் அணுவும் முக்கியமானதுதான், பிரதானமானதுதான். ஞானத்தின் நுழைவாயில்தான். பயன்படுத்துவதும் அலட்சியப்படுத்துவதும் உங்கள் கையில்தான் இருக்கிறது. எல்லாமே மேன்மையானதுதான் என்பது ஞானோதயமாகிறது.

பாரபட்சம் என்பது மனதினால் உற்பத்தி செய்யப்படும் ஓர் உணர்வு. அதற்கு அடிமையாகாமல் இருப்பதே ஞானத்துக்கான வழி. இது உயர்ந்தது, இது தாழ்ந்தது என்று எந்தக் கணம் பிரிக்கிறீர்களோ, அந்தக் கணமே ஞானோதயத்துக்கான கதவு அறைந்து மூடப்பட்டு விடுகிறது. பிரபஞ்சத்தில் இருக்கும் எல்லாமே ஒன்றுதான். எல்லாமே ஒரே லயத்தில் இயங்குபவைதான் என்பதை உணரும் வரை உங்களால் பிரபஞ் சத்தை உணர முடியாது. பிரபஞ்சம் உங்களை ஈர்த்துக்கொள்ளாது. பகுதி பகுதியாகப் பிரிவினை செய்து, ஒரு பகுதியைக் கொண்டாடிக் கொண்டும், மற்றதை அவதூறு சொல்லிக் கொண்டும் உலகத்தைப் பார்ப்பதை விடுத்து, எல்லாவற்றையும் ஒருமித்த ஒன்றாகவே பார்க்கத் தொடங்குவதே ஞானத்துக்கான வழி என்பதை ஜென் துறவி உணர்ந்தார்.

ஞானம் என்பது பாரபட்சங்களுக்கு அப்பாற்பட்டது என்பதை எடுத்துக்காட்டும் விதமாக, அந்த ஞானம் ஒரு கசாப்புக்கடை வாசலில் கிடைத்ததுதான் அற்புதம்!

ஆகா.. என்ன ருசி!

மலைப்பிரதேசத்தில் இருந்த ஓர் ஊரிலிருந்து, மற்றோர் ஊருக்குக் கால்நடையாகச் சென்று கொண்டிருந்தான் அந்த வழிப்போக்கன். இடையே காடு ஒன்று குறுக்கிட்டது. வேக, வேகமாக அதைக் கடந்து செல்லத் தொடங்கினான். திடீரென்று பாதையோரத்தில் இருந்த புதரில் இருந்து ஓர் உறுமல் சத்தம் கேட்டது. திடுக்கிட்டுத் திரும்பிப் பார்த்தான். அங்கே ஒரு புலி!

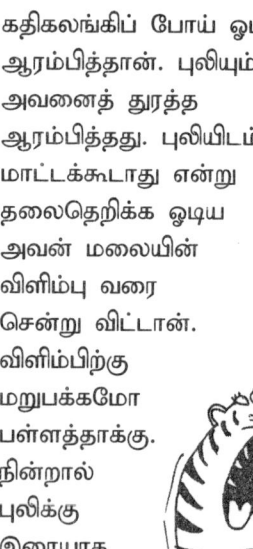

கதிகலங்கிப் போய் ஓட ஆரம்பித்தான். புலியும் அவனைத் துரத்த ஆரம்பித்தது. புலியிடம் மாட்டக்கூடாது என்று தலைதெறிக்க ஓடிய அவன் மலையின் விளிம்பு வரை சென்று விட்டான். விளிம்பிற்கு மறுபக்கமோ பள்ளத்தாக்கு. நின்றால் புலிக்கு இரையாக வேண்டும்.

> "இங்கு, இக்கணம் இருப்பதே ஜென்."

வேறு வழியின்றி மலையின் விளிம்பிலிருந்து மறுபக்கம் குதித்தான். நல்ல வேளையாக அங்கே ஒரு மரத்தின் வேர் மண்ணிலிருந்து வெளிப்பட்டுத் தடிமனான கயிறு போல் நீண்டிருந்தது.

கீழே விழுந்து விடாமல் இருக்க, அவன் அந்த வேரைப் பற்றித் தொங்க ஆரம்பித்தான். அவனுடைய பாரம் தாங்காமல் வேர் கொஞ்சம் கொஞ்சமாக நைந்து போக ஆரம்பித்தது.

எனவே தொங்கியபடி கீழே பார்த்தான். அது ஒன்றும் அவ்வளவு பெரிய பள்ளத்தாக்கு அல்ல. குதித்தால் தப்பிவிடலாம். அவன் வேரின் மீது பற்றியிருந்த கையை விலக்க இருந்த தருணத்தில் கீழேயிருந்து சில உறுமல்கள் கேட்டன. 'என்ன சோதனைடா இது?' என்று கீழே பார்த்தான்.

அவன் எப்படியும் விழுந்து விடுவான் என்பது போல் அவனைப் புசிக்க, கீழே நான்கைந்து புலிகள் வந்து காத்திருந்தன.

அந்த இக்கட்டான சமயத்தில் போதாத குறைக்கு ஒரு மரங்கொத்திப் பறவை தன் அலகைக் கூர் தீட்டிக் கொள்ள அந்த வேர்ப்பகுதியைத் தேர்ந்தெடுத்துக் கொத்த ஆரம்பித்தது. வியர்வைப் பிசுபிசுப்பில் அவனுக்குக் கை வழுக்க ஆரம்பித்தது.

அப்போதுதான் பார்த்தான். எதிரே ஒரு கொடியில் திராட்சைகள் பழுத்துக் கொத்தாகத் தொங்கின. அவனுக்கு நாவில் எச்சில் ஊறியது. ஒற்றைக் கையால் வேரைப் பிடித்துக் கொண்டு மற்றதால், திராட்சையைப் பறித்து வாயில் போட்டுக் கொண்டான். ‘‘ஆகா, என்ன இனிப்பு!’’ என்று சப்புக் கொட்டி சாப்பிட ஆரம்பித்தான்.

சத்குருவின் விளக்கம்

பொதுவாக, சூழ்நிலைகளைப் பற்றிய கவனம் இல்லாமல், பொறுப்பற்று விளையாட்டுத்தனமாக இருப்பவர்களைக் குறை சொல்ல இந்தக் கதை பயன்படுத்தப்பட்டு வருகிறது. உண்மையில் இந்தக் கதையிலிருந்து கற்றுக்கொள்ள வேண்டிய வேறொரு நல்ல அம்சம் இருக்கிறது. உங்களைப் புலி சந்தோஷமாகத் தின்னப் போகிறது என்றால், அது வரை நீங்கள் ஏன் திராட்சையை ஆனந்தமாகத் தின்னக் கூடாது? புலி உங்கள் நாக்கை விழுங்கும் வரை திராட்சையை ருசிக்க உங்களுக்கு நேரம் இருக்கிறது. அதை எதற்காகத் தவற விட வேண்டும்?

தப்பிப்பதற்கு வழிகளே இல்லாத போது, சூழ்நிலையை மனதார ஏற்றுக் கொண்டு, காத்திருக்கும் புலி பற்றிய கவலை கொள்ளாமல், கடைசித் தருணத்திலும் ஆனந்தமாக இருப்பவன் எப்பேர்ப்பட்ட அற்புதமான மனிதன்!

அறியாமையினால் இப்படிச் செய்தால், அதில் சந்தோஷப்பட ஒன்றுமில்லை. இதையே முழு விழிப்புணர்வுடன் செய்தால், அவன் மிக உன்னதமான மனிதன்!

ஒரு ஜென் குரு தனது மரணப்படுக்கையில் கிடந்தார். சுற்றிலும் சீடர்கள் வாடிய முகங்களுடன் அமர்ந்திருந்தார்கள்.

அப்போது ஒரு சீடனுக்கு, 'குருவுக்கு ப்ளம் கேக் பிடிக்குமே' என்ற நினைவு வந்தது.

குரு கடைசி மூச்சை வெளியே விடுவதற்குள் அவருக்கு அந்த ப்ளம் கேக்கைக் கொடுத்து விட வேண்டும் என்ற எண்ணத்துடன் அவன் வெளியே ஓடினான்.

எங்கெங்கோ அலைந்து திரிந்து ஒரு வழியாக ப்ளம் கேக்கை வாங்கி விட்டான். மகிழ்ச்சியுடன் மடாலயத்துக்கு வந்து சேர்ந்தான்.

"குருவே, உங்களுக்குப் பிடிக்குமே என்று ப்ளம் கேக் கொண்டு வந்திருக்கிறேன். இந்தாருங்கள்" என்று கொடுத்தான்.

குரு கேக்கைச் சுவைத்து உண்டார். அதே சமயம் அவர் வாழ்க்கையின் கடைசித் தருணத்தை நெருங்கிக் கொண்டிருந்தார்.

அந்த நிலையிலும் சீடனை நோக்கி அருகில் வருமாறு சைகை செய்தார்.

குரு கடைசி வினாடியில் ஏதோ உபதேசம் சொல்லப் போகிறார் என்று சீடன் அவர் வாயருகே காதைக் கொண்டு சென்றான்.

"ஆஹா.. என்ன ருசி.." என்று சொல்லிவிட்டுக் கடைசி மூச்சை விட்டார் குரு.

பல முறை சொல்லியிருக்கிறேன். வாழ்க்கையில் என்ன செய்கிறீர்கள் என்பதை விட எப்படிச் செய்கிறீர்கள் என்பது உங்கள் வாழ்க்கையின் தரத்தை நிர்ணயிக்கிறது.

எல்லாம் ஒழுங்காக இருப்பவர்களே வாழ்க்கையின் ஆனந்தங்களை முழுமையாக அனுபவிக்கத் தெரியாமல், முனகிக் கொண்டும், சுணங்கிக் கொண்டும் இருக்கையில், மரணத்தருவாயில் கூட ஒருவன் வாழ்க்கையை ஆனந்தமாக எதிர்கொள்கிறான் என்பது பாராட்டப்பட வேண்டிய அம்சம்.

சொர்க்கமும், நரகமும்!

ஜென்குரு ஹக்குயின் அவர்களின் ஆசிரமம் இருந்த பகுதி அன்று அல்லோலகல்லோலப்பட்டுக் கொண்டிருந்தது.

இதற்கு முன் பார்த்தேயிராத தொழிலாளிகள் சிலர் நிலத்தைக் கூட்டிப் பெருக்கிக் கொண்டிருந்தனர். வேறு சிலர் ஆசிரமத்துக்குச் செல்லும் பாதையைக் கழுவி, சுத்தப்படுத்திக் கொண்டிருந்தனர். சிலர் கொடிகளை நாட்டிக் கொண்டிருக்க, வேறு சிலர் தோரணங்களைக் கட்டிக் கொண்டிருந்தனர்.

ஆயுதம் தாங்கிய சிப்பாய்கள் பலர் இந்த ஏற்பாடுகளை எல்லாம் மேற்பார்வை பார்த்துக் கொண்டிருந்தனர். கடைசியில் ஒரு வழியாக விஷயம் வெளியே தெரிந்து விட்டது.

'அந்த நாட்டின் பிரதம தளபதி ஜென்குருவைப் பார்க்க வரப் போகிறார்; அவரது விஜயத்தை

'விழித்திரு, விழித்திரு' என உரத்துச் சத்தமிடும் குரலே ஜென்.

முன்னிட்டுத் தான் இத்தனை வரவேற்பு ஏற்பாடுகளும்' என்று அறிந்து, பிரபலமானவர்கள் யாரையுமே தங்கள் வாழ்நாளில் பார்த்தறியாத அப்பகுதி மக்கள், தளபதியின் வரவை ஆவலுடன் எதிர்பார்த்துக் கொண்டிருந்தனர்.

ராணுவ அதிகாரிகளும், வாகனங்களும் அணிவகுத்து வர, கடைசியில் தளபதி அவ்விடத்துக்கு வந்து சேர்ந்தார்.

அவர் நேராக ஜென்குரு ஹக்குயின் அவர்களை நாடிப் போனார். "குருவே, சொர்க்கம் நரகம் என்பதெல்லாம் உண்மையிலேயே இருக்கிறதா?" என்று வினவினார்.
"நீ யார்?" என்று கேட்டார் குரு.
"நான் ஒரு சாமுராய். இந்த நாட்டின் பிரதம தளபதி" என்று பெருமிதத்தோடு பதிலளித்தார் தளபதி.
"எந்த மடையன் உன்னைத் தளபதியாக வைத்துக் கொண்டிருக்கிறான்? உன்னைப் பார்த்தால் இறைச்சி வெட்டுபவன் போல் அல்லவா தோன்றுகிறது!" என்று எள்ளலுடன் கூறிய ஜென்குரு ஹக்குயின் 'ஹா, ஹா, ஹா!' என்று வாய்விட்டுச் சிரிக்கவும் சிரித்தார்.

தளபதிக்குக் கோபம் கொந்தளித்தது. சட்டெனத் தன் உடைவாளை உருவினார். "உங்களை ஒரே வெட்டாக வெட்டிப் போட்டு விடப்போகிறேன்" என்று வாளை ஓங்கினார்.

"நரகத்தின் கதவுகள் திறந்து விட்டன.." என்றார், ஹக்குயின் அமைதியாக.

தளபதி புத்திசாலி. புரிந்து கொண்டார்.

உடனே சினம் தணிந்தார். தலை பணிந்து குருவை வணங்கி மன்னிப்பு கேட்டார்.

"சொர்க்கத்தின் நுழைவாயில் தெரிகிறது" என்றார் ஹக்குயின்.

சத்குருவின் விளக்கம்

சாவை நெருங்கிக் கொண்டிருந்த அந்த யோகிக்கு எண்பத்து நான்கு வயது. வருவோர் போவோரிடத்தில் எல்லாம் அவர், 'உங்களுக்கு ஒன்று தெரியுமா? நான் விரைவிலேயே சாகப்போகிறேன். இறந்தவுடன் நேராக சொர்க்கத்துக்குப் போகப் போகிறேன்..' என்று கூறிக்கொண்டிருந்தார். அவரைச் சுற்றியிருந்த மற்ற யோகிகளுக்கு அவரது கூற்று வேடிக்கையாய் இருந்தது. ஆனாலும் அவரது வயது காரணமாகவும், 'நான் சாகப் போகிறேன்.. சாகப் போகிறேன்' என்று அவரே சொல்லிக்கொண்டிருந்ததன் காரணமாகவும் அனாவசியமாக அவரைக் கேலி செய்து, அவரது மனதைப் புண்படுத்த விரும்பவில்லை.

அந்த யோகியோ தான் சொல்வதை நிறுத்துவதாய் இல்லை. தினம் தினம் தான் சந்தித்த நபர்களிடத்தில் எல்லாம் 'நான் சொர்க்கத்துக்குப் போகப்போகிறேன், தெரியுமா?' என்று சொல்லியபடி இருந்தார்.

அதனால் எரிச்சல் அடைந்த மற்ற யோகிகள் எல்லாம் ஒருநாள் அவரைத் தடுத்து நிறுத்தி, 'கிழவா.. நில்லு. நீ பாட்டுக்கு 'சொர்க்கத்துக்குப் போகப் போகிறேன், சொர்க்கத்துக்குப் போகப்போகிறேன்' என்று உளறிக் கொண்டே இருக்கிறாயே. நீ சொர்க்கத்துக்குத் தான் போகப்போகிறாய் என்று உனக்கு எப்படித் தெரியும்? கடவுள் தனது மனதில், உன்னைப் பற்றி என்ன நினைத்துக் கொண்டிருக்கிறார் என்று உனக்குத் தெரியுமா?' என்று சற்றுக் கடுமையாகவே வினவினார்கள்.

அதற்கு அந்த யோகி, 'கடவுள் என்னைப் பற்றி என்ன நினைத்துக்கொண்டிருக்கிறார் என்பது பற்றி எனக்கு அக்கறையில்லை. என் மனதில் என்ன இருக்கிறது என்பது பற்றித்தான் எனக்கு நன்றாகத் தெரியுமே' என்றார்.

ஆம்! உங்கள் மனதில் எது நிரம்பியிருக்கிறதோ அது தான் உங்கள் சொர்க்கத்தையும் நரகத்தையும் நிர்மாணிக்கிறது.

கோபம், பொறாமை, எரிச்சல், பதற்றம், ஆத்திரம், சந்தேகம், பயம் இவற்றால் ஆளப்படும் போது, நீங்கள் நரகத்தில் இருக்கிறீர்கள். அன்பு, ஆனந்தம், பரவசம் இவற்றை அனுபவிக்கையில் நீங்கள் சொர்க்கத்தில் இருக்கிறீர்கள்.

இரண்டையுமே நீங்கள் தான் உருவாக்குகிறீர்கள். எது வேண்டுமென்று நீங்களே தீர்மானியுங்கள். விழிப்புணர்வுடன் இருந்தால், சொர்க்கத்தைத் தானே விரும்புவீர்கள்? விழிப்பு உணர்வு இல்லாத போது, வெளிச் சூழ்நிலைகளுக்கு ஏற்றவாறு, உங்களிடமிருந்து அனிச்சையாக எதிர்ச்செயல் வெளிப்படுகிறது. நரகத்தை உருவாக்கியவராகிறீர்கள்.

நூற்றுக்கணக்கான ஏவலாட்களையும், அடிமைச் சிப்பாய்களையும் கொண்டிருந்த மாபெரும் தளபதிக்குக் கோபமூட்டிய போது, அவருடைய ஆத்திரம் நரகத்துக்கு வழிகாட்டியது. அடுத்த கணமே தன்னிலை உணர்ந்து அவர் மன்னிப்பு கேட்ட போது, சொர்க்கம் திறக்கப்பட்டது.

அவனால் முடியாது!

ஒருமுறை எக்ஸ் என்பவர், தன்னுடைய பழைய குருவைச் சந்திக்க வந்திருந்தார். குரு இப்போது முதுமை அடைந்திருந்தார். அந்தத் தள்ளாத வயதிலும் அவர் ஓய்ந்து அமர்ந்திருக்கவில்லை. எக்ஸ் காத்திருக்கும்போது வியர்த்த உடலுடன் களைப்பாக ஒவ்வொரு அடியாக எடுத்து வைத்து வந்து சேர்ந்தார். அவர் எங்கு சென்று விட்டு வருகிறார் என்பதை எக்ஸ் விசாரித்து அறிந்துகொண்டார்.

குருவைப் பார்த்ததும், "குருவே, எதற்காக இப்படி உங்களையே நீங்கள் வருத்திக்கொள்கிறீர்கள்..?"

குரு மெள்ளத் தன் இருக்கையில் அமர்ந்தார். "அவன் பாவம், இளைஞன். அவனுக்கு என் உதவி தேவைப்படுகிறது."

"என்னது, இளைஞனா..? இவ்வளவு முதியவரை அலைக்கழிக்கிறோமே என்று அவனாவது வெட்கப்பட வேண்டும்.. அவனுக்குத்தான் புத்தியில்லை. அவனுடைய தேவைகளை அவனே கவனித்துக்கொள்ள வேண்டும் என்று நீங்களாவது எடுத்துச் சொல்லக்கூடாதா..?"

குரு புன்னகைத்தார். "அவனால் அது முடியாது.." என்றார்.

> ஜென் வாழ்க்கைக்கு முக்கியத்துவம் கொடுக்கிறது. அதைக் கடந்து செல்லவும் வழி சொல்கிறது.

சத்குருவின் விளக்கம்

பற்று என்பது ஒரு மனிதன் அவனே உருவாக்கிக்கொள்ளும் அல்லது அவனே பூட்டிக்கொள்ளும் ஒரு விலங்கு. எப்போதெல்லாம் மனிதன் தன்னை முழுமையாக உணர முடியவில்லையோ, அப்போதெல்லாம் அவன் எதன் மீதோ, யார் மீதோ சார்ந்திருக்கத் தவிக்கிறான். எதனுடனாவதோ அல்லது யாருடனாவதோ தன்னைச் சேர்த்துக்கொள்ளும்போதுதான் அவனுக்கு ஓரளவு சமாதானமாகிறது. ஆனால், இப்படி சார்ந்திருக்கத் துவங்கிவிட்டால், கிட்டியது போதாமல் இன்னும் இன்னும் என்று உள்மனம் கேட்கும். எத்தனை கிடைத்தாலும், அது அவனை அமைதிப்படுத்தாது என்பது அவனுக்குப் புரிவதில்லை.

உண்மையில் உள்ளுணர்வு எல்லையற்ற தன்மையைத் தேடி விழைகிறது. தளைகளை உடைத்துக்கொண்டு வெளியே வரத் தவிக்கிறது. இது புரியாமல் அவன் தன்னுடைய ஆசைகளை மட்டும் அதிகப்படுத்திக்கொண்டே போகிறான். 'இது கிடைத்தால், அது.!. அதுவும் கிடைத்தால், அதற்கும் அடுத்தது..!' என்று தன் எல்லைகளை அவன் விரிவுபடுத்திக்கொண்டே போகிறான்.

எல்லை என்பது கட்டுப்பாடுகளுக்குள் அடங்குவது. எல்லைகளிட்டுத்தான் ஓர் உருவத்தைக் காட்ட முடியும். ஆனால் இந்த எல்லைகளுக்குள் இருந்துகொண்டு எல்லையற்றதைத் தேடுவது எப்படி சாத்தியம்..?

தான் பூட்டிக்கொண்ட சிறைக்குள் அவன் உலகையே தேடத் தேட, மேலும் மேலும் அந்த சிறைக்குள்ளேயே அவனுடைய பற்று, சிக்கல்களாக மாறிப் போகிறது. ஒருபோதும் கதவைத் திறந்து வெளியே வர அவனுக்கு வழி தெரியாது. வெளியிலிருந்து கதவைத் திறந்துவிட, ஒருவர் தேவைப்படுகிறார். அந்த வெளியிலிருந்து தரும் உதவியைத் தருவதற்காகத்தான் குரு அங்கே போகிறார்.

சுதந்திரம் என்று நினைத்து ஒன்றிலிருந்து மற்றொன்றுக்குப் பயணம் செய்து சிக்கிக்கொள்பவர்கள் பலர் இருக்கிறார்கள்.

ஈஷா ஆசிரமம் வளர்ந்து வந்த நிலையில் தங்கள் வீடு, வேலை பார்க்கும் இடம், உறவுகள் என்ற பல கட்டுப்பாடுகளிலிருந்து விடுபட்டு வெளியே வரத் துடித்த சிலர் ஆசிரமத்தில் சேர்ந்தார்கள். ஆனால், உடல்ரீதியாகத்தான் அவர்களால் விடுதலை பெற்று வரமுடிந்ததே தவிர, மனரீதியாக இல்லை. வீட்டில் உறவினர்களிடம் அவர்கள் எதிர்பார்த்ததை எல்லாம் இங்கே மற்றவர்களிடம் எதிர்பார்க்க ஆரம்பித்தார்கள். எதற்காக இந்த எதிர்பார்ப்பு..? அவர்களால் அப்படித்தான் ஒரு உறவைப் பார்க்க முடிகிறது.

இங்கே பெண்கள் வந்தபோது, தாய் வீட்டுக்கு வந்தது போல் நிம்மதியாக உணர்கிறோம் என்றார்கள்.

நான் உடனே, "அம்மா, இது உங்கள் தாய் வீடும் இல்லை. தாத்தா வீடும் இல்லை. கணவன் வீடும் இல்லை. தோழி வீடும் இல்லை. குடியிருப்பே இல்லாமல் ஆனந்தமாக வாழ்வது எப்படி என்று புரிந்துகொள்வதற்காகத்தான் இந்த ஆசிரமம் அமைத்திருக்கிறேன். யாரோ ஒருவரைச் சார்ந்து வீட்டில் இருப்பதைப் போல, இங்கே இருக்க வராதீர்கள். அங்கேதான் பாதி உயிராக இருந்தீர்கள். அதே பாதி உயிரோடு இங்கே வளைய வருவதில் அர்த்தம் இல்லை. உங்கள் உயிர் முழுமை பெற வேண்டும். இங்கிருக்கும் சூழ்நிலையில் பொருந்தி நீங்கள் வாழ்ந்தால் யாரையும் சார்ந்திருக்க வேண்டிய அவசியம் இல்லை. ஒரு தளையை உடைத்துவிட்டு இன்னொரு தளையில் வந்து சிக்காதீர்கள்.." என்று சொன்னேன்.

இதைப்போல் தளையில் சிக்கிக்கொள்பவர்கள் விடுதலை பெறுவதாக நினைத்து இன்னொரு தளையில் சிக்கிக்கொள்வதை அறியாமல் செய்வார்கள். அந்தத் தளைகளை உடைக்க வேண்டுமானால், வெளியிலிருந்து அவர்களுக்கு உதவி தேவைப்படும்.

அதைத்தான் ஜென் குரு சொல்கிறார்.

 # அமைதி விதைகள்

நகரச் சந்தடிகளில் சிக்கிப்போயிருந்த ஓர் அரசு அலுவலர், அமைதியை விரும்பினார். குறிப்பிட்ட ஜென் குருவிடம் சென்றால் அவர் வழிகாட்டுவார் என்று நண்பர்கள் சொன்னார்கள். அந்த அதிகாரி, ஜென் மடத்தைத் தேடிச் சென்றார்.

ஜென் குரு அப்போது தோட்டத்தில் சில விதைகளைத் தூவிக்கொண்டிருந்தார். அரசு அதிகாரி அவரிடம் சென்று, "அமைதி அடைய நான் என்ன செய்ய வேண்டும்..?" என்று கேட்டார்.

"இந்தா, இதைச் சாப்பிடு.." என்று குரு தன்னிடம் கையிலிருந்த விதைகளை அதிகாரியிடம் கொடுத்தார். அதிகாரி அவற்றை வாயில் போட்டுக்கொண்டு, "வாழ்வின் அர்த்தத்தையும், அமைதியையும் நாடி வந்தேன். இதைத் தின்னச் சொல்கிறீர்களே..!" என்றார்.

ஜென் குருவோ, "அதுதான் இது..!" என்றார்.

ஜென்னைப் பொறுத்தவரை பதில்களிலேயே சிறந்த பதில் 'மௌனம்'.

 சத்குருவின் விளக்கம்

ஆன்மிகச் சாதனை என்பது, இந்த வாழ்வைப் பற்றியது. இந்த உயிரைப் பற்றியது. உங்களது சமூகச் சாதனைகளை, ஆன்மிகச் சாதனைகளுடன் போட்டுக் குழப்பிக்கொள்ளக் கூடாது. இந்த உயிர், இந்த வாழ்வு என்று குறிப்பிடும்போது, இப்போது நீங்கள் செய்துகொண்டிருக்கும் வேலையோ, அல்லது பேசிக்கொண்டிருக்கும் பேச்சோ, அல்லது உங்கள் குடும்பமோ என்று அர்த்தப்படுத்திக்கொள்ளக் கூடாது.

உங்களுடைய இருப்பு என்பதே இங்கு நேர்ந்திருக்கும் ஓர் அபூர்வ நிகழ்வு. அதைப் பயன்படுத்தி, சில நேரங்களில் கேள்விகளைக் கேட்கிறீர்கள். சில நேரங்களில் பாடுகிறீர்கள். சில நேரங்களில் பதில் சொல்கிறீர்கள். உட்கார்ந்தாலோ, நின்றாலோ, நடந்தாலோ, சாப்பிட்டாலோ, ஏன், படுத்துக்கொண்டால்கூட இந்த உயிர், உயிராகவே தொடர்கிறது. ஆனால், அதைக் கவனிக்கத் தவறுகிறீர்கள்.

மூளையின் ஆதிக்கத்தால் உங்கள் மனம் என்னென்னவோ சிந்தனைகளில் உங்களைக் கொண்டு சென்று தள்ளுகிறது. மனதின் அதிகாரத்துக்குக் கீழ்ப்படிந்து பெரும்பாலான நேரங்களில்

நீங்கள் மன ரீதியாகவே வாழ்கிறீர்கள். உயிர் ரீதியாக வாழ்வதில்லை. உங்களை உயிர் ரீதியாக வாழ வைப்பதே ஆன்மிகச் சாதனை.

'இந்தப் பாதை எங்கே போகிறது..?' என்று கேட்டால், 'அது எங்கேயும் போகவில்லை. இங்கேயேதான் விழுந்து கிடக்கிறது..' என்று கிராமத்தில் சிலர் சொல்வார்கள்.

ஆமாம். பாதை அங்கேயேதான் இருக்கிறது. பயணம் செல்பவர்கள் நீங்கள்தான். நீங்கள்தான் எங்கெங்கேயோ போகிறீர்கள். அதே போல, ஆன்மிகப் பாதை இதோ இந்தத் தருணத்தில் இங்கேயே இருக்கிறது. ஆனால், அதில் பயணம் செய்யாமல் உங்கள் மனம்தான் எங்கெங்கோ அலைந்துகொண்டிருக்கிறது. இதை உங்களால் புரிந்துகொள்ள முடியவில்லை.

சங்கரன் பிள்ளை ஒருமுறை குற்றம் சாட்டப்பட்டு நீதிமன்றத்துக்கு அழைத்துச் செல்லப்பட்டார். நீதிபதி அவரிடம் விசாரித்தபோது, இந்தக் குற்றத்தை நான் செய்யவேயில்லை..! என்று சங்கரன் பிள்ளை பிடிவாதமாகச் சொன்னார். விசாரணை சில நாட்களுக்குத் தொடர்ந்தது. ஒரு வாரம் கழித்து, திடீரென்று சங்கரன் பிள்ளை நீதிபதியிடம், "ஐயா, என் குற்றத்தை ஒப்புக்கொள்கிறேன்..!" என்றார்.

நீதிபதி திகைத்தார். "என்ன ஆயிற்று..? சில நாட்களுக்கு முன்பு குற்றத்தை ஒப்புக்கொள்ள மறுத்தீர்களே, திடீரென்று குற்றத்தை ஏற்கிறீர்களே, ஏன்..?" என்று கேட்டார்.

சங்கரன் பிள்ளை அமைதியாகச் சொன்னார்: "எனக்கு எதிரான ஆதாரங்களை அப்போது நான் கேட்டிருக்கவில்லை..!"

இதைப் போலத்தான் இருப்பதைக் கவனிக்காமல் விடுவதால் பல நேரம் வாழ்க்கையைத் தவறவிடுகிறீர்கள். இதைப் புரியவைப்பதற்காகத்தான் கைகளில் இருந்த விதையை ஜென் குரு அதிகாரியிடம் நீட்டினார். வாழ்க்கை ஒவ்வொரு தருணத்திலும் அங்கேயே, அப்படியேதான் நடந்துகொண்டிருக்கிறது. அதைத் தேடி எங்கேயும் செல்ல வேண்டாம் என்பதைத்தான் அப்படிக் குறிப்பிட்டார்.

இறப்பை உணர, இருப்பை உணர்!

தோலி என்ற ஜென் குருவிடம் யுவாங் என்றொரு சீடன் இருந்தான்.

குருவின் நண்பர்களில் ஒருவர் இறந்து விட்டபோது, துக்கம் விசாரிக்க சீடனையும் அழைத்துப் போயிருந்தார், தோலி.
இறந்தவரின் உறவினர்களுக்கு ஆறுதல் சொல்லி விட்டு அவர்கள் வெளியே வந்தனர்.

மடத்துக்குத் திரும்புகையில், யுவாங் குருவிடம் கேட்டான்: "உங்கள் நண்பர் எப்போது இறந்தார்?"
தோலி சொன்னார். "அவன் இறந்து விட்டான் என்று சொல்ல முடியாது"
யுவாங் திடுக்கிட்டான். "ஐயோ, அவரை எரிக்க ஏற்பாடுகள் நடந்து கொண்டிருக்கின்றனவே! அவர் உயிரோடு இருக்கிறார் என்றால் அவற்றை உடனே தடுத்து நிறுத்த வேண்டுமே!"
"அவன் உயிரோடு இருப்பதாகவும் சொல்ல முடியாது" என்றார், தோலி.
யுவாங் எரிச்சலானான்.
"அவர் இறந்ததாகவும் சொல்ல முடியாது. உயிரோடு இருப்பதாகவும் சொல்ல முடியாது என்றால் என்ன அர்த்தம் குருவே?"

> ஜென்னுக்கு நல்லது இல்லை, கெட்டதும் இல்லை. அதற்கு எதையும் பிரித்துப் பார்க்கத் தெரியாது.

"அது அப்படித்தான்..!"
"ஏன்?"
"சொல்ல முடியாது என்றால், சொல்ல முடியாது" என்றார் தோலி.

யுவாங் பொறுமையிழந்தான்.

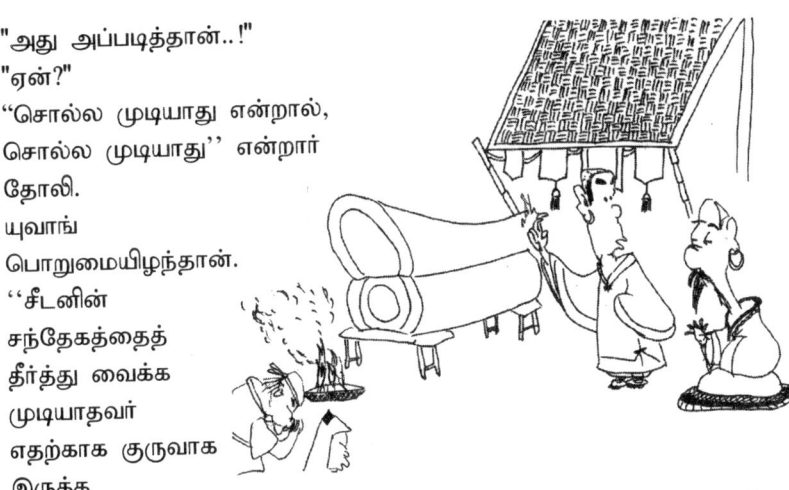

"சீடனின் சந்தேகத்தைத் தீர்த்து வைக்க முடியாதவர் எதற்காக குருவாக இருக்க வேண்டும்?" என்று அவரைக் கன்னா, பின்னாவென்று தாக்கி விட்டு யுவாங் விலகிச் சென்றுவிட்டான்.

பிற்பாடு தோலி உயிர் நீத்த போதும், அவன் அவருக்கு இறுதி மரியாதை செலுத்தச் செல்லவில்லை. காலம் உருண்டது.

பிற்பாடு அதே ஊருக்கு வேறொரு ஜென் குரு வந்திருப்பதாக அறிந்தான். அவர் தங்கியிருந்த குடிலுக்குச் சென்றான். அந்த குரு யுவாங்கை அருகே அழைத்தார்.
"உன் மனதை அரித்துக் கொண்டிருக்கும் விஷயம் ஏதோ இருக்கிறது. சரியா?" என்று கேட்டார்.
யுவாங் அவரைப் பணிந்தான். "உண்மைதான், குருவே.. முன்பு நான் குருவாக நினைத்த தோலி என்னை ஏமாற்றி விட்டார். நான் கேட்ட கேள்விக்கு ஒழுங்காக பதில் சொல்லாமல் தவிர்த்தார்..."

"நீ என்ன கேட்டாய்? அவர் என்ன சொன்னார்?"
தோலியிடம் தான் கேட்ட கேள்வி பற்றி யுவாங் விளக்கிச் சொல்லி, "நீங்களாவது விளக்கம் கொடுப்பீர்களா?" என்று கேட்டான்.
"அவன் இறந்து விட்டான் என்று சொல்ல முடியாது. அதே சமயம் அவன் உயிரோடு இருப்பதாகவும் சொல்ல முடியாது" என்று தோலி சொன்னதையே இந்த ஜென்குருவும் சொன்னார்.
ஆனால், இந்த முறை யுவாங் அந்தக் கணமே ஞானமடைந்தான்.

சத்குருவின் விளக்கம்

ஜென் குரு தோலி சீடனுக்கு விளக்கம் கொடுக்காமல் தவிர்த்த காரணம் எளிமையானது. 'உயிரையே புரிந்து கொள்ளாதவன், இறப்பை எப்படிப் புரிந்து கொள்வான்?' என்பதே ஜென் குருவின் யோசனை.

இந்தக் கணம் நீங்கள் உயிரோடு இருக்கிறீர்கள். ஆனால், உங்கள் உயிர்ப்பை நீங்கள் எந்த அளவு உணர்ந்திருக்கிறீர்கள்? அதையே முழுமையாக உணர முடியாதவராக இருக்கையில், நீங்கள் அனுபவித்திராத மரணம் என்பதை எப்படி உங்களுக்கு உணர்த்த முடியும்?

உண்மையில் மரணம் என்பது அறியாமையில் எழும் வெறும் பிரமைதான். உயிரை நீங்கள் முழுமையாக உணர்ந்து புரிந்து கொண்டால், மரணம் என்பதும் உயிரின் இன்னொரு பரிமாணம்தான் என்பதை உங்களால் உணர்ந்து புரிந்து கொள்ள முடியும். அதை விடுத்து மரணத்தை மட்டும் தனியாகப் புரிந்து கொள்ள முயன்றீர்கள் என்றால், சுவாரசியமான கதைகளில் தான் சிக்கிக் கொள்வீர்கள்.

மரணம் என்பது உங்களுக்கு நிகழாத வரை அதை உங்களால் உணர முடியாது. வேறு ஒருவருடைய மரணத்தை வைத்து நீங்கள் கற்பனையாகச் சில முடிவுகள் கொள்ள முடியுமே தவிர, அதை உண்மையாக உணர்ந்து விட முடியாது.

மரணத்துக்கான அதே விதிமுறை தான் வாழ்க்கைக்கும். வேறு ஒருவருடைய வாழ்வை வைத்து வாழ்க்கையைப் பற்றி நீங்கள் புரிந்து கொள்ள முடியாது. நேரடியாக நீங்களே அனுபவித்துத்தான் அதை உணர முடியும். அனுபவம் என்று நான் சொல்வது உங்களுக்கு நேர்ந்த நிகழ்வுகளின் தொகுப்பை அல்ல. அனுபவம் என்பது வாழ்க்கையின் முழுமையை நேரடியாக உய்த்து உணர்வது.

வாழ்க்கையின் முழுமையை நீங்கள் கவனித்தால், அது மரணத்தையும் உள்ளடக்கியது என்பதை கவனிப்பீர்கள்.

ஒருவர் வாழ்கிறார் என்பதும், செத்துவிட்டார் என்பதும் சமூகத் தீர்மானங்களாகத்தான் இங்கு முக்கியம் பெறுகின்றன. ஆனால், பிரபஞ் சத்தின் கோணத்தில், வாழ்வது என்பதும், மரணம் என்பதும் முற்றிலும் வேறு அர்த்தம் கொண்டவை. ஜென் குருமார்கள் இந்தக் கோணத்தையே உண்மையான கோணம் என்று உணர்ந்திருப்பதால், சமூகத்தின் தீர்மானங்களை ஏற்கப் பிரியப்படுவதில்லை.

விழித்திருக்கிறீர்களா, கனவு நிலையில் இருக்கிறீர்களா என்பதே உங்களில் பெரும்பாலானவர்களுக்குத் தெரிவதில்லை.

உண்மையையும், உண்மையற்றதையும் ஆழமாக அழுத்தமாக நீங்கள் புரிந்து கொள்ள வேண்டுமானால், இந்தக் கணத்தின் வாழ்வை முழுமையான கவனத்தோடு அணுக வேண்டும். ஏனென்றால், உண்மையான வாழ்வு என்பது நினைவுகளால் ஆன இறந்தகாலமும் அல்ல. கற்பனைகளால் கட்டப்பட்ட எதிர்காலமும் அல்ல. உண்மையான அனுபவம் தரும் இந்தக் கணம் மட்டும்தான் உயிர்ப்புடன் நீங்கள் இருக்கக் கூடிய ஒரே தருணம். இந்தக் கணத்தை நூறு சதவீத உள்ளுணர்வோடு நீங்கள் உணர்ந்து விட்டால், வாழ்க்கையின் பிரமாண்டமான முழு வீச்சையும் அறிந்து கொண்டவர்களாகி விடுவீர்கள்.

இந்தக் கணத்தில்தான் அந்த அனுபவத்துக்கான வாயிற்கதவு திறக்கப்படக் காத்திருக்கிறது. அதை விடுத்து, கற்பனையாக மரணத்தைப் பற்றி பல்வேறு குழப்பங்கள் கொள்வதால், வாழ்வையும் புரிந்து கொள்ள முடியாது, மரணத்தையும் புரிந்து கொள்ள முடியாது. மரணத்தையும், வாழ்வையும் மட்டுமல்ல, முற்றிலுமான உண்மையை உணர்வதற்கு இந்தக் கணத்தைத் தவிர வேறு எந்தக் கணத்திலும் சாத்தியமேயில்லை.

இரண்டு குருமார்களும் இதையே சீடனுக்கு உணர்த்த முற்பட்டனர். முதல் முறை தவற விட்ட சீடன் இரண்டாவது முறை உணர்ந்தான். ஞானம் பெற்றான்.

நனைந்தார்கள்

குரு கேட்டார்: "இரண்டு பேர் மழையில் நடந்தனர். ஒருவர் நனையவில்லை. ஏன்?"

சீடர்கள் ஆளாளுக்கு ஒவ்வொரு காரணம் சொல்லினர்.

"குடை"

"மழை கோட்"

"மரங்களின் நிழல்"

குரு எல்லாவற்றையும் தவறு என்றார். "என் வார்த்தைகளில் கவனம் வைத்தீர்களே தவிர, உண்மையை நீங்கள் உணரத் தலைப்படவில்லை. ஒருவர் நனையவில்லை என்றால் ஒருவர் மட்டுமே நனைந்திருக்கவில்லை. இருவரும் தான் நனைந்தனர்"

'மனித வாழ்க்கையின் முக்கியக் கடமை, தன்னைத் தானே, மீண்டும் மீண்டும் புதுப்பித்துக் கொள்வதுதான்'
- ஜென்.

சத்குருவின் விளக்கம்

ஒரு புதிர் போல் தோன்றினாலும், இது ஒரு புதிர் இல்லை. இவற்றை ஜென்கோன்கள் என்று அழைப்பர். இவை ஏதோ ஒரு கருத்தைச் சொல்வதற்காக உருவாக்கப்படவில்லை. ஒரே விதமாக சிந்திக்கப் பழகிய மனதைத் தட்டி எழுப்புவதற்காக உருவாக்கப்பட்டவை. உங்கள் தர்க்கரீதியான மனதை ஒரு வழி பண்ணுவதற்கு உருவாக்கப்பட்டவை.

எந்தக் கேள்வி கேட்கப்பட்டாலும், அதற்குக் காரண காரியங்களைக் கொண்டு பதில் தரும் மனதை அதிரடிப்பதற்காக பலவிதமான ஜென்கோன்களை குருமார்கள் பயன்படுத்தினர்.

கோன் என்பது "யோசி, யோசி, யோசி" என்று யோசிக்க வைத்து, யோசனைகளே அற்றுப் போவதற்கு வழி செய்வதற்காகத் தயாரிக்கப்பட்டது. மனதில் காரண காரியங்கள் அற்றுப் போகும் வரை பதில் தேட வைப்பது. எந்த முடிவுக்கும் வர முடியாமல் மனம் திகைத்திருக்கும் போது, உள்ளே சடாரென்று ஒரு பிரகாசம் நிகழ வாய்ப்பு இருக்கிறது.

தர்க்கரீதியான தீர்மானங்களிலிருந்து விடுவித்து, வாழ்க்கையின் உண்மையான அனுபவத்தை உங்களுக்கு வழங்குவதற்காக உருவாக்கப்பட்டப் பல ஜென்கோன்களில் மிகப் பிரபலமான கோன்: "ஒரு கை ஓசையைக் கேட்டிருக்கிறாயா?"

தர்க்கங்கள் மனரீதியான தீர்மானங்கள். உண்மையிலிருந்து விலகி இருக்கக் கூடியவை. உங்கள் மனதில் சதா நிகழும் தர்க்கங்களை முற்றிலும் அழிப்பதற்காக உருவாக்கப்பட்ட கோன் கதைகளில் இதுவும் ஒன்று.

தர்க்கரீதியான விளக்கங்களைத் தாண்டிப் போனால் தான் உயிர் பற்றிய தவறான தீர்மானங்களிலிருந்து விடுபட முடியும். வாழ்க்கை பற்றிய முடிவுகளிலிருந்து வெளியே வர முடியும். ஆன்மிகத்துக்கான வாய்ப்பு அப்போது தான் பிறக்கும்.

பழைய முடிவுகளிலிருந்து உங்களால் விலகி தருணத்துக்குத் தருணம் வாழ முடியுமானால், வாழ்க்கை மாபெரும் அனுபவமாக வெடித்து மலரும்.

 # தேள் என்றால் கொட்டும்

மருத்துவர் ஒருவர் இராணுவத்தில் பணியாற்றிக் கொண்டிருந்தார். அவருடைய வேலையே போரில் காயம் பட்டவர்களுக்கு சிகிச்சை அளிப்பதுதான். அவரும் மிகுந்த ஈடுபாட்டுடனும், அன்புடனும் தன்னிடம் அழைத்து வரப்படும் காயமடைந்த போர் வீரர்களைக் கவனித்து சிகிச்சை அளித்து வந்தார்.

குண்டடி பட்டு, கை கால்கள் சிதைந்து, குற்றுயிரும், குலை உயிருமாக அழைத்து வரப்பட்ட வீரர்களுக்கு சிகிச்சை அளித்து, குணப்படுத்தி, பலருடைய உயிரையும் காத்து வந்த அவருக்கு மனதில் ஒரு சங்கடம் இருந்து கொண்டே இருந்தது.

அமைதியான மனம், மெய்ப் பொருளின் உறைவிடம்
-ஜென்.

தன் மருத்துவ அறிவையும், சிகிச்சைத் திறனையும் பயன்படுத்தி, பெரும் போராட்டத்துக்குப் பின் பல உயிர்களைக் காப்பாற்றி, குணப்படுத்திய பின், ஆரோக்கியமும், உடல் வலிமையும் பெற்ற அந்த வீரர்கள் மீண்டும் போர்க்களத்துக்குச் சென்று போரில் ஈடுபட்டு அநியாயமாகக் கொல்லப்பட்டு விடுகிறார்கள். பட்டபாடெல்லாம் வீணாகப் போய்விடுகிறது.

'இவ்வாறு அவர்கள் அடிபட்டு சாகத்தான் வேண்டும் என்றால், இவ்வளவு முயற்சி செய்து அவர்களுக்குச் சிகிச்சை அளிப்பது எதற்கு? போராடி வீரர்களை உயிர்ப்பிப்பதுதான் எதற்கு?' என்று அவரது மனம் வேதனைப்பட்டது.

அவரால் தொடர்ந்து பணியாற்ற முடியவில்லை. இதற்குத் தீர்வுதான் என்ன என்று சிந்தனை செய்த அவர் இறுதியில் ஒரு ஜென்குருவிடம் வந்து சேர்ந்தார்.

"குருவே.. இராணுவத்தைச் சேர்ந்த மருத்துவன் நான். போர்க்களத்தில் காயப்பட்ட வீரர்களுக்கு சிகிச்சை அளிப்பதே என் வேலை. உயிருக்குப் போராடிய பல வீரர்களை என் மருத்துவம் காப்பாற்றியிருக்கிறது. ஆனால், அந்தச் சிப்பாய்கள் மறுபடி போருக்குப் போவதும், அங்கே உயிரை விடுவதும் என்னை மிகவும் துக்கப்படுத்துகின்றன. சாகத்தான் போகிறார்கள் என்றால், அவர்களை எதற்குப் போராடிக் காப்பாற்ற வேண்டும்?"

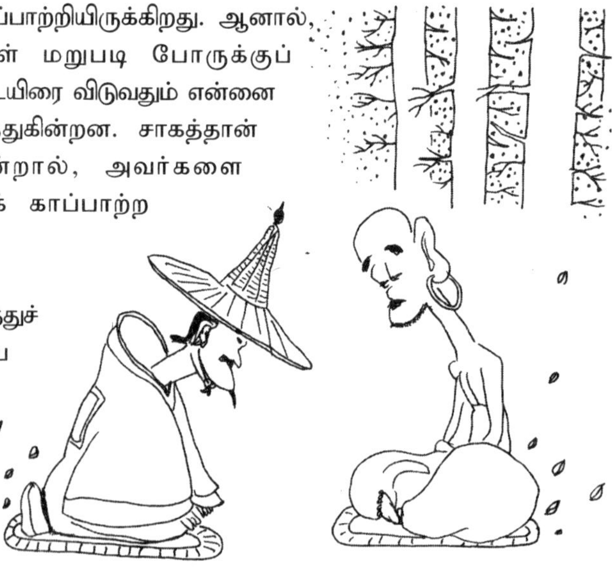

ஜென்குரு புன்னகைத்துச் சொன்னார்: "நீ செய்ய வேண்டியதை நீ செய். அவர்கள் செய்ய வேண்டியதை அவர்கள் செய்யட்டும்"

சத்குருவின் விளக்கம்

தேள் என்றால் கொட்டும். பாம்பென்றால் கடிக்கத்தான் செய்யும். உங்கள் வாகனத்தைப் பழுது பார்ப்பவர் "நீ மறுபடியும் தெருவில்தான் ஓட்டுவாய். தேய்மானம் ஆகி மறுபடி பழுது பார்க்க வருவாய். எதற்காக நான் பழுது பார்க்க வேண்டும்?" என்று கேட்பது போல் தான் இருக்கிறது, அந்த மருத்துவரின் கேள்வி.

உங்களுக்கு ஒரு குழந்தை பிறக்கிறது. அது வளர்ந்து பெரிதாகி ஏதோ ஒரு நாள் செத்துப் போகுமே என்பதற்காகப் பெற்றுக் கொள்ளாமலே இருக்க முடியுமா? பெற்றதை வளர்க்காமல் இருக்க முடியுமா? நீராகப் பொழிந்தாலும், மறுபடியும் எப்படியும் ஆவியாகத் தானே மாற வேண்டும் என்று மேகங்கள் நினைத்து விட்டால், மழை ஏது? கொல்லப்படுவதற்காக யாரும் போருக்குப் போவதில்லை. எதிரணியினரைக் கொல்வதற்காகத்தான் போகிறார்கள். ஆனால், கொல்லப்படத் தயாராக இருப்பவர்கள்தான் போருக்குப் போக முடியும்.

மருத்துவரின் வேலை என்ன? உயிர்களைக் காப்பாற்றுவது. சிப்பாய்களின் வேலை என்ன? போருக்குப் போவது! இந்தத் தெளிவுடன் வாழ்க்கையை அணுகினால், மன வருத்தங்கள் இருக்காது. இது என் வாழ்விலும் அடிக்கடி நடக்கிறது. ஒரு பிரச்னையைக் கொண்டு வருவார்கள். அவர்களுக்குத் தீர்வு சொல்வேன். மறுபடியும் மறுபடியும் அதே பிரச்னைகளோடு வருவார்கள். 'இப்படிப்பட்டவர்களை உதாசீனம் செய்யலாமே?" என்று உடனிருப்பவர்கள் என்னைக் கேட்டிருக்கிறார்கள். ஆனால், நான் விடுவதில்லை. என்னிடம் முழுமையாக ஒப்படைத்து விட்டவர்களை மொத்தமாகச் சரி செய்து பிரச்னைகளைப் பழுது பார்த்து அனுப்புவேன். மீண்டும் காயப்பட்டுக் கொண்டு வருவார்கள். மீண்டும் பழுது பார்த்துத்தான் அனுப்புவேன்.

சிப்பாய்க்குச் சிகிச்சை அளிப்பது, அவனை மறுபடி போருக்குத் தயார் செய்வதற்காகத்தான். எதிரியைக் கொல்ல அனுப்பப்படுபவன் மாறாகக் கொல்லப்படலாம். அது மருத்துவரின் பிரச்னை அல்ல!

எனக்குத் தெரியாது

ஆறாவது ஜென் பிரிவைச் சேர்ந்த சீடன் ஒருவன் காக்ஸி என்னும் மடாலயத்தில் சேர்ந்து குருவின் வழிகாட்டலால் ஞானம் அடைந்தான்.

குரு அவனை உலகத்தைச் சுற்றி வரப் பணித்தார். அவனும் குருவின் கட்டளையை சிரமேற்கொண்டு பயணம் மேற்கொண்டான்.

நீ நீயாகவே இருந்தால் ஜென்னில் இருக்கிறாய் என்று பொருள்.

ஓர் ஊரில் வேறொரு மடாலயத்தைச் சேர்ந்த மாணவன் ஒருவன் அவனைச் சந்தித்து, "எங்கேயிருந்து வருகிறாய்?" என்று கேட்டான். "ஆறாவது பிரிவைச் சேர்ந்த காக்ஸி மடாலயத்திலிருந்து வருகிறேன்.." என்றான் ஞானமடைந்த சீடன்.

"அந்த மடாலயத்தில் உனக்கு என்ன கிடைத்தது?"
"நான் காக்ஸியில் சேர்வதற்கு முன் என்னிடத்தில் இல்லாதது எதுவும் அங்கு இல்லை.." என்றான் சீடன்.
"அப்புறம் எதற்காக அங்கே போனாய்?" என்று கேட்டான் மாணவன்.
"அங்கே போகாவிட்டால், என்னிடம் இல்லாதது எதுவும் அங்கே இல்லை என்பதை எப்படி அறிந்திருப்பேன்?"

சத்குருவின் விளக்கம்

ஞானம் என்பது ஏதோ ஒன்றைக் கைப்பற்றுவதல்ல. ஓர் இலக்கை எட்டிப் பிடிப்பதல்ல. மலை முகட்டை சென்றடைவதல்ல. அது தன்னிலை உணர்தல். அவ்வளவுதான்.

ஏற்கெனவே இங்கே உள்ள உண்மையை உய்த்து உணர்தலைத்தான் (REALISATION) ஞானம் என்கிறோம். இத்தனை நாட்களாக உங்கள் கண்முன் இருக்கும் ஒன்றை நீங்கள் கவனிக்கத் தவறியிருந்து திடீரென்று கவனிப்பது போல்தான் அது.

பொய்யை உருவாக்கலாம். உண்மையைப் புதிதாக உருவாக்க முடியாது. ஏற்கெனவே உள்ள ஒன்றைத்தான் நீங்கள் உய்த்து உணர முடியும். அப்படி உணர்வதே முக்தி நிலை.

ஞானம் என்பதை உணர்வதற்கே அதை முற்றிலும் உணர்ந்த ஒருவரிடம் நீங்கள் போக வேண்டியிருக்கிறது. இல்லையென்றால், நீங்களாக ஏதாவது கற்பனை செய்து கொண்டு உங்களுக்கு எல்லாம் தெரியும் என்று நினைத்துக் கொள்வீர்கள்.

அப்படியானால் 'ஞானம் என்றால் என்ன என்று எனக்குத் தெரியாது' என்பது முதலில் தெரியவேண்டும்.

இதுதான் பிரச்சினை. மக்கள் தங்களுக்குத் தெரியவில்லை என்பதையே புரிந்து கொள்ளாமல் இருக்கிறார்கள். எனக்கு எதுவும் தெரியாது என்பதுதான், என்னுடைய சிறு வயதுப் பிரச்சினையே!

கையில் ஒரு இலையை எடுத்தேனென்றால் மணிக்கணக்காக அதையே பார்த்துக் கொண்டு உட்கார்ந்திருப்பேன். வீட்டில் குடிப்பதற்கு ஒரு தம்ளர் தண்ணீர் கொடுத்தால், குடிக்காமல் அதையே மணிக்கணக்கில் பார்த்துக்கொண்டு உட்கார்ந்திருப்பேன். படுக்கையில் உட்கார்ந்து

முழு இரவும் இருளையே உற்று நோக்கியபடி அமர்ந்திருப்பேன். இது, அது என்றில்லாமல் எப்போதும் ஏதாவது ஒன்றை உற்று நோக்கியபடி இருப்பேன்.

என்னைச் சுற்றியிருந்த மக்கள் எனக்கு ஏதோ மனக்கோளாறு என்று எண்ணினார்கள். சிலர் என்னை ஏதோ காற்று, கருப்பு அடித்து விட்டது என்றும் நினைத்தார்கள்.

ஆனால் உண்மையில் எனக்கு ஒன்றும் தெரியாததால் பார்வையில் தென்பட்டவற்றையெல்லாம் உற்று நோக்கியபடி இருந்தேன். அவற்றைப் பற்றித் தெரிந்து கொள்ள எனக்கு வேறு வழி தெரியவில்லை.

என்னைச் சுற்றி இருந்தவர்களோ எல்லாம் தெரிந்தவர்களாகத் தோன்றினார்கள். எல்லாம் தெரிந்திருப்பதால் அவர்கள் மகிழ்ச்சியுடன் வாழ்ந்து கொண்டிருப்பது போலவும் தோன்றியது.

அவர்களுக்கு இங்கே இருப்பவை எல்லாம் என்ன என்பதும் தெரிந்திருந்தது. கண்ணுக்குத் தெரியாமல் இருப்பவை எல்லாம் என்னவென்பதும் தெரிந்திருந்தது.

அவர்களுக்குக் கடவுளைத் தெரிந்திருந்தது. சொர்க்கம் என்றால் என்னவென்று தெரிந்திருந்தது. ஈரேழு உலகங்களும் தெரிந்திருந்தன. மக்கள் தாங்கள் கடவுளோடு பேசியதாகவும், கடவுள் தங்களிடம் பேசியதாகவும் சொல்லிக் கொள்வதை நிறையக் கேட்டிருக்கிறேன்.

மக்கள் கடவுளைச் சந்தித்து, அவருடன் பேச்சு வார்த்தைகள் நடத்தி முடித்து வந்த பிறகு அவர்களுக்கு என்ன நேர்கிறது, அவர்கள் எவ்வாறு நடந்து கொள்வார்கள் என்று அறிந்து கொள்ள ஆவல் கொண்டேன். எனவே பல சமயங்களில் ஆலயங்களுக்கு முன்னால் அமர்ந்து அங்கு வருவோர் போவோரைத் தீவிரமாகக் கவனித்துக் கொண்டிருப்பேன்.

ஆலயங்களிலிருந்து வெளிப்பட்ட மக்களோ அடுத்தவரைப் பற்றி புறம் பேசுவதிலும், வதந்திகளைப் பரப்புவதிலும், அவற்றைக் கேட்பதிலுமே ஆவல் உற்றவர்களாகக் காணப்பட்டார்கள்.

கோயிலுக்குச் சென்றால் உங்களது காலணிகள் வேறு ஒருவருடைய பாதங்களைப் பற்றிக் கொண்டு போய்விடுவது வழக்கமாக நிகழும் ஒன்றுதானே! அது போல் தங்கள் காலணிகள் பறி போய் விட்டதை அறிந்தவர்கள் கடவுளையே கன்னா பின்னாவென்று ஏசுவதையும் பார்த்திருக்கிறேன்.

ஆலயங்களில் இருந்து வெளியே வருபவர்களை விட, ஹோட்டல்களிலிருந்து வெளிப்படுபவர்களின் முகங்களில் நிறைய ஆனந்தம் தாண்டவமாடியதைக் கவனித்திருக்கிறேன்.

கடவுளா, தோசையா என்று பார்த்தால் தோசையே வென்று கொண்டிருந்தது! இது சரியில்லையே, இதில் ஏதோ பெரிய தவறு இருக்கிறதே! என்று தோன்றும்.

அந்தக் காலகட்டத்தில் எது தெய்வீகம் என்று எனக்குத் தெரியாது. தெய்வீகத்தின் இயல்பு என்ன என்பதும் தெரியாது.

ஆனாலும் தெய்வீகத்தின் மூலம் எதுவோ, அது தோசையைக் காட்டிலும் பிரமாண்டமானது என்பதில் மட்டும் நிச்சயமாக இருந்தேன். எனக்கும் தோசை பிடிக்கும். ஆனால் தெய்வீகம் என்பது தோசையை விட உன்னதமான விஷயம் என்பதில் எனக்கு எந்தச் சந்தேகமும் இருக்கவில்லை.

ஆனால் மக்களுக்குக் கடவுளைக் காட்டிலும் தோசைதானே ஆனந்தத்தை அளிக்கிறது!

உண்மையில் யாருக்கும் எதுவும் தெரியவில்லை என்பதைப் புரிந்து கொள்ள எனக்குச் சில காலம் தேவைப்பட்டது.

அவர்கள் ஏதேதோ யூகங்கள் செய்து கொண்டார்கள். அந்த யூகங்களே அவர்களுக்குத் திருப்தியையும், மகிழ்ச்சியையும் அளித்தன. அந்த யூகங்களை மட்டுமே கொண்டு திருப்தி கொள்ள நான் தயாராக இல்லை.

நீங்கள் யூகங்களை மட்டுமே கொண்டிருக்கிறீர்கள். உங்களுடைய யூகங்கள், மூட நம்பிக்கைகள் காரணமாக உங்களுக்கு எதுவும் தெரியாது என்பதைக் கூட நீங்கள் ஒத்துக் கொள்ளத் தயாராய் இல்லை.

உங்களுக்குத் தெரியாது என்பதை நீங்கள் தெரிந்து கொண்டால்தான் தெரியாததைத் தெரிந்து கொள்வதற்கான ஏக்கம் உங்களுக்கு வரும். தெரியாதவை, தெரிவதற்கான சாத்தியங்களும் உருவாகும். ஆனால் எனக்குத் தெரியாது என்ற உண்மையையே நாம், நமது யூகங்களைக் கொண்டு அடித்து நொறுக்கி விட்டோம்.

ஒரு நல்ல குருவிடம் போவது புதிதாக ஒன்றைப் பெறுவதற்காக அல்ல. உங்களிடமே இருந்த போதிலும், நீங்கள் கவனிக்கத் தவறியதை அவர் உதவியுடன் உணர்ந்து கொள்வதற்குத்தான்.

எனக்கு சாத்தியமானது, உங்களுக்கும் சாத்தியம்தான். உங்கள் பக்கத்தில் இருப்பவருக்கும் சாத்தியம்தான். உங்கள் எதிரிக்கும் சாத்தியம்தான். யாரும் எதையும் தேடிப் போய் புதிதாகப் பெற்றுத்தான் மேன்மையான நிலையை எய்ய முடியும் என்பதில்லை.

அப்படித்தான் அந்த சீடன் தன்னிடம் இல்லாதது என்று எதுவும் இல்லை என்பதை அந்த ஜென்மடம் மூலம் உணர்ந்தான்.

 # வால் நுழையாதது ஏன்?

அந்த ஜென் குருவைச் சுற்றி அவருடைய சீடர்கள் அமர்ந்தனர்.

"குருவே, இன்றைக்கு எங்களுக்கு ஒரு கதை சொல்லுங்களேன்..!" என்று கேட்டான் ஒருவன்.
"சொல்கிறேன்.. ஆனால், கதையின் முடிவில் ஒரு கேள்வி கேட்பேன்.." என்றார் குரு.

கதை கேட்கும் சுவாரஸ்யத்தில் எல்லோரும், "அதற்கென்ன..? தயார்..!" என்று சொல்லிவிட்டார்கள்.

குரு கதையைச் சொல்ல ஆரம்பித்தார்.
"ஒரு கிராமத்தில் உடல் பருத்த ஒரு எருமை மாடு இருந்தது. அது தினமும் புல் மேயப் போகும் வழியில் ஒரு குடிலைத் தாண்டிச் செல்லும். அந்தக் குடிலின் கூரையில், உள்ளே வெயில் தெரியாமல் இருக்க நிறைய வைக்கோல் பிரிகளைத் தூக்கிப் போட்டிருந்தார்கள்.

எருமை கழுத்தை முடிந்தவரை அண்ணாந்து, அவற்றில் ஏதாவது ஒரு வைக்கோல் பிரியை இழுத்துச் சாப்பிடும். ஒரு கட்டத்தில் அதற்கு வைக்கோல் பிரி எட்டாமல் போனது.

'கூரையிலேயே இவ்வளவு வைக்கோல் பிரியை

'புறப்படுங்கள். வழி தானே பிறக்கும்' என்று அறிவிக்கிறது ஜென்.

அள்ளிப் போட்டிருந்தார்கள் என்றால், அந்தக் குடிலுக்குள் இன்னும் எத்தனை இருக்கும்..?' என்று எருமைக்கு ஓர் எண்ணம். ஆனால், உள்ளே என்ன இருக்கிறது என்பதைப் பார்க்க முடியாமல் அந்தக் குடிலின் ஜன்னல் எப்போதும் சாத்தியே இருந்தது.

ஒருநாள் அது தனது வழியில் நடக்கும்போது, அதன் கண்கள் ஆச்சரியத்தில் விரிந்தன. காரணம், அன்றைக்கு அந்தக் குடிலின் ஜன்னல் திறந்திருந்தது. எருமை மிக ஆர்வமாக ஜன்னலை அடைந்தது. உள்ளே தலையை மட்டும் மெள்ள நுழைத்தது. அதன் நீண்ட கொம்புகள் தடையாக இருந்தபோது, தன் முகத்தை இப்படியும், அப்படியுமாகச் சாய்த்து, எப்படியோ முகத்தை உள்ளே நுழைத்துவிட்டது. குடிலின் உள்ளே அது எதிர்பார்த்தபடியே ஓர் ஓரத்தில் நிறைய வைக்கோல் அடுக்கி வைக்கப்பட்டிருந்தது.

எருமை தன் முகத்தை எவ்வளவோ நீட்டியும் வைக்கோலை அதனால் எட்ட முடியவில்லை. இப்போது அதே ஜன்னல் வழியே மேலும் நுழைய தன் உடலை வருத்திக்கொண்டது. கொம்புகள், முகம் தாண்டி இப்போது கழுத்துவரை உள்ளே வந்துவிட்டது. இன்னும் வைக்கோல் எட்டியபாடில்லை.

அடுத்ததாக, முன்னங்கால்களை ஒவ்வொன்றாக உள்ளே கொண்டுவந்துவிட்டது. அதன்பின், அந்தக் கால்களைச் சுவரில் அழுத்திக்கொண்டு தன் உடலையும் உள்ளே அழுத்தியது. கொஞ்சம் கொஞ்சமாக, அதனுடைய பருத்த உடல், ஜன்னல் சட்டங்களை உடைத்துக்கொண்டு உள்ளே நுழைந்தது.

உடலின் பெரும் பகுதியான வயிறும், முதுகும் கூட ஜன்னலுக்குள் நுழைந்துவிட்டன.

இப்போது பாக்கி இருப்பது பின்னங்கால்கள் மட்டும்தான். எருமை மெள்ள பின்னங்கால்களில் ஒன்றை உள்ளே கொண்டு வந்தது. பிறகு, தன்னை நிலைப்படுத்திக்கொண்டு அடுத்த காலையும் உள்ளே கொண்டுவந்துவிட்டது.

தான் முழுவதும் உள்ளே வந்துவிட்டோம் என்று நிம்மதியுடன் அது கனைத்தது. குரல் கொடுத்தது. பின்பு, கழுத்தை மீண்டும் எட்டி வைக்கோலைப் பிடிக்க முயன்றது. முடியவில்லை. காரணம், அதன் வால் இன்னும் ஜன்னலைத் தாண்டி வரவில்லை..!"

குரு, கதையை இங்கே நிறுத்தினார்.

"இந்தக் கதை சாத்தியமா..? இல்லையா..?" என்று கேட்டார்.

"சாத்தியமே இல்லை.." என்றார்கள் சீடர்கள்.

"ஏன்..?"

"எருமை மாட்டின் உடலிலேயே மிகவும் மெல்லியதாக இருக்கக்கூடியது அதனுடைய வால் பகுதிதானே..? தலையை நுழைத்து, வயிற்றையும் நுழைத்தபின், வாலை நுழைக்க முடியவில்லை என்றால் என்ன அர்த்தம்..?" என்று கேட்டார்கள் சீடர்கள்.

குரு சொன்னார்:
"உங்களில் எத்தனையோ எருமைகள் இருக்கிறீர்கள்..!"

சத்குருவின் விளக்கம்

பகுபலி பற்றி ஓர் அற்புதமான கதை உள்ளது. பகுபலி பல போர்களைச் சந்தித்தவன். ஒரு கட்டத்தில் சொந்த சகோதரனுடனேயே போர் மூண்டது. அந்தப் போரில் ஆயிரக்கணக்கான வீரர்கள் தலைசாய்க்கப்பட்டார்கள். போர்க்களம் எங்கும் மரித்த உடல்கள்..! ரத்த ஓடைகள்..!

எல்லாவற்றையும் பார்த்ததும் பகுபலிக்கு திடீரென்று தொண்டை அடைத்தது. அவனுள் ஒரு மாற்றம் நிகழ்ந்தது. 'எதற்காக இத்தனை உயிர்களை பலி வாங்கினேன்..?' என்று பதிலில்லாத ஒரு கேள்வி முளைத்தது. அடுத்த கணம், எல்லாவற்றையும் துறந்துவிட்டு தியானத்தில் நின்றுவிட்டான். முழுமையான கவனத்துடன் அங்குலம் கூட அசையாமல் பகுபலி பதினான்கு வருடங்கள் தியானத்தில் ஆழ்ந்தான். அந்தச் சாதனையின் மேன்மையில் அவன் பற்று கொண்டிருந்த எத்தனையோ விஷயங்கள் தகர்ந்து விழுந்தன.

உலகையே ஆள நினைத்த அந்த மனிதன் இப்போது ஒரு கழுதைக்குக் கூட தலைவணங்கத் தயாராக இருந்தான். ஆனாலும், அவனுக்கு ஞானோதயம் நடக்கவில்லை.

பதினான்கு வருடங்கள் நின்றவன் யாருடனும் பேசவில்லை. எதற்காகவும் தன் நிலையை மாற்றிக்கொள்ளவில்லை. அப்படியிருக்கையில், 'ஏன் இன்னும் தனக்கு ஞானோதயம் கிடைக்கவில்லை..?' என்று புரியாமல் அவன் நின்றிருந்தபோது, அந்தப் பக்கம் ஒரு குரு கடந்து போனார். 'இன்னும் நான் என்ன செய்ய வேண்டும்..? என்னுடைய அத்தனையையும் துறந்துவிட்டேனே..!' என்று பகுபலிக்கு அந்த குருவிடம் கேட்க வேண்டும் போல் இருந்தது. ஆனால், பதினான்கு வருடமும் யாருடனும் பேசாமல் இருந்தவனுக்கு குருவிடம் மட்டும் வாயைத் திறந்து கேள்விகள் கேட்க மனம் வரவில்லை.

குரு அவனைத் திரும்பிப் பார்த்தபோது, பகுபலியின் இடது கண்ணிலிருந்து ஒரே ஒரு கண்ணீர்ச் சொட்டு வெளியில் வந்து புரண்டது.

'என்னுடைய ராஜ்ஜியத்தை இழந்துவிட்டேன்..! என் குடும்பம், அரண்மனை, வசதிகள் எல்லாவற்றையும் விட்டெறிந்துவிட்டேன். ஒரு பூச்சிக்குக்கூட தலைவணங்கும் அளவு உள்ளே உருகிவிட்டேன். இன்னும் என்னுள் நடக்க வேண்டியது என்ன இருக்கிறது..?' என்ற கேள்வி அந்த கண்ணீர்த் துளியில் பொதிந்திருந்ததை குரு புரிந்துகொண்டார்.

குரு நின்றார். "நீ அற்புதமான மனிதனாக மாறிவிட்டாய்..! ஒரு புழுவுக்கோ, பூச்சிக்கோ கூட அடிபணியும் அளவு உனக்குள் மாற்றம் நிகழ்ந்துவிட்டது. ஆனால், இதே விருப்பத்துடன் உன்னுடைய சகோதரனிடம் உன்னால் பணிந்து போக முடியுமா..? இயலாது..! அதுதான் உன்னை இழுத்துப் பிடித்திருக்கிறது.." என்றார்.

பகுபலிக்கு தன்னுடைய நிலை புரிந்தது. சகோதரனிடம் இருந்த வெறுப்பு காரணமாகக் கொண்ட பற்றைக் களைந்தான். அந்தக் கணமே ஞானோதயம் பெற்றான். இப்படித்தான் பலர், வீடு, வசதிகள், பணம், மனைவி, கணவன் என்ற உறவு, குழந்தைகள் மீதுள்ள பற்று, எல்லாவற்றையும் விட்டெறிந்துவிட்டு ஆசிரமத்தை நாடுவார்கள். ஆனால், ஏதோ ஒன்றை விடமுடியாமல் பிடித்து வைத்துக்கொள்வார்கள்.

எவ்வளவோ பேர் சிறிய வயதிலேயே அந்த வயதுக்குரிய சுகங்களை எல்லாம் துறந்துவிட்டு, ஆசைப்பட்டதைச் சாப்பிடாமல், போதைப் பழக்கம் இல்லாமல், காமத்துக்கு அடிமையாகாமல், இரவு, பகல் பாராமல், தான் என்கிற அகங்காரம் இல்லாமல் வேலை செய்வார்கள். ஆனால் ஏதோ ஒன்று அவர்களை அறியாமல் அவர்களிடம் தங்கியிருக்கும்!

சமயத்தில் பார்க்கும்போது, ரத்தக் கண்ணீர் வரும். 'அர்த்தம் இல்லாத ஏதோ ஒன்றை எதற்கு இவர்கள் பற்றிக் கொண்டிருக்கிறார்கள்..?' என்று கவலைப்படுவேன்.

ஒரு பரிமாணத்திலிருந்து இன்னொரு பரிமாணத்துக்கு மாறும்போது, முன் பின் அனுபவமற்ற ஒரு பிரதேசத்துக்குள் நுழையும்போது, தன்னிச்சையாக ஏற்படுகிற அச்சம் காரணமாக, தனக்கு ஏற்கெனவே பழக்கமான ஏதோ ஒன்றை விட்டுவிட முடியாமல் மனம் கெட்டியாகப் பிடித்துக்கொள்கிறது. அவர்களுடைய இறந்த காலத்திலிருந்தோ, அல்லது அவர்கள் கற்றறிந்த விஷயத்திலிருந்தோ, அல்லது அவர்கள் ரசித்த ஏதோ ஒன்றையோ பிடித்து வைத்துக்கொள்வார்கள்.

சொர்க்கத்துக்கே அழைத்துச் சென்றாலும், அவர்களுடைய சுண்டுவிரல் மட்டும் இன்னும் ஏதோ ஒன்றைச் சுற்றி பற்றிக்கொண்டிருக்கும். அது, பணமாகத்தான் இருக்க வேண்டும் என்ற அவசியம் இல்லை. சிலருக்கு அவர்கள் பயன்படுத்தும் போர்வையாகக் கூட இருக்கலாம். அல்லது ஒரு செல்ஃபோனைப் பிடித்து வைத்துக்கொள்வார்கள். அல்லது தனக்கான இடம் என்று ஓரிடத்தைப் பார்த்து, அங்கே உட்கார்ந்துதான் தியானம் செய்வார்கள்.

உடல் முழுவதும் வந்துவிட்டாலும், வால் மட்டும் சிக்கிப் போவது இப்படித்தான்! அந்த வாலை, சரியான நேரம் பார்த்துக் கத்தரித்துவிட்டால், அவர்களுக்கு ஞானோதயம் ஏற்பட்டுவிடும்.

இதைத்தான் அந்த ஜென் குரு தனது சீடர்களுக்கு, கதையாக விளக்கிச் சொன்னார்.

சமர்ப்பணம்

ஜென் குருமார்களுக்கும்,

சத்குருவுக்கும்

நன்றி...

கோட்டுச் சித்திரங்களை வரைந்து அளித்த
செல்வி மானஸா வாசுதேவன் அவர்களுக்கு,

நூலை அழகுற வடிவமைத்துத் தந்த
திருமதி ஸ்ரீவைஜயந்தி அவர்களுக்கு,

நூல் உருவாவதற்கு மிகவும் உறுதுணையாக இருந்த
திரு ஸ்ரீனிவாஸ ராகவன் அவர்களுக்கு,
திருமதி ஹேமா வாசுதேவன் அவர்களுக்கு,
திரு ஸ்ரீகமல்குமார் அவர்களுக்கு,

நூலை அழகுற அச்சிட்டு வழங்கிய
மதுரா கிராஃபிக் திரு ரமேஷ் அவர்களுக்கு...

தங்கத்தாமரை
பதிப்பகம்